माझ्या प्रिय मुला,

शिवराज गोर्ले

Mazhya Priya Mula,
© Shivraj Gorle

माझ्या प्रिय मुला,

प्रथम आवृत्ती	:	सप्टेंबर २०२०
संपादन	:	दीपाली चौधरी
मुद्रितशोधन व मांडणी	:	अश्विनी महाजन
मुखपृष्ठ	:	मधुमिता शिंदे
प्रकाशक	:	सकाळ मीडिया प्रा. लि.
		५९५, बुधवार पेठ,
		पुणे ४११ ००२

ISBN	:	978-93-89834-18-5
संपर्क	:	020-2440 5678 / 88888 49050
		sakalprakashan@esakal.com

लेखकाचे चार शब्द...

किशोरवयीन वाचकांसाठी माझी *कशासाठी, यशासाठी!*, मोठं व्हायचंय *मला* आणि *घडवा स्वत:ला, फुलवा स्वत:ला* अशी तीन पुस्तके प्रकाशित झाली आहेत.

सर्वच पुस्तकांना पालकांचा भरभरून प्रतिसाद लाभला आहे. किशोर-वाचकांत ती लोकप्रिय ठरली आहेत. *घडवा स्वत:ला, फुलवा स्वत:ला* हे पुस्तक 'सकाळ प्रकाशन'नेच प्रकाशित केले आहे. काही मुद्दे सामायिक असले तरी त्या पुस्तकापेक्षा या पुस्तकाचे स्वरूप मात्र फारच वेगळे आहे... व्यापक आहे.

हा 'लाडक्या बाबा'ने आपल्या मुलाशी साधलेला अतिशय मनमोकळा, हृद्य असा 'पत्रसंवाद' आहे.

२०१९ या वर्षात दै. *सकाळ*मध्ये 'बालक-पालक' हे दैनिक सदर मी लिहीत होतो. ते सदर पालकवर्गात खूपच लोकप्रिय ठरले. पण, सदराच्या शेवटी लिहिलेल्या 'माझ्या प्रिय मुला' या चाळीस पत्रांनी लोकप्रियतेचा कळस गाठला, असे म्हटले तर ती अतिशयोक्ती ठरणार नाही. अनेक

वाचकांनी 'आम्ही या पत्रांची कात्रणं जपून ठेवली आहेत. पण याचं पुस्तक निघालं तर आम्ही नक्कीच घेऊ. मुलाला / मुलीला भेट म्हणून देऊ,' असे आवर्जून कळवले. काही प्रकाशकांनीही 'हा पत्रसंग्रह प्रकाशित करणं आम्हांला आवडेल' असे म्हटले. पण पहिला हक्क अर्थातच 'सकाळ'चा होता. सकाळ प्रकाशन विभागाचे आशुतोष रामगीर यांनाही ही कल्पना आवडली होतीच; त्यामुळे 'सकाळ'तर्फेच ते प्रकाशित होत आहे. दै. सकाळमधील सदराच्या माध्यमातून ही पत्रे घरोघरी पोहोचली होतीच. हा 'पत्रसंग्रह'ही तसाच घरोघरी पोहोचेल, असा विश्वास वाटतो.

शिवराज गोर्ले

अनुक्रमणिका

कसा 'मोठा' होशील?

माझ्या प्रिय मुला,

तुझ्या बाराव्या वाढदिवसानिमित्त ही एक खास भेट देतोय मी तुला...
मी तुला लिहिलेल्या पत्रांचा संग्रह. चकित झालास ना? अरे, ते
गीतकार गुलजार आहेत ना! ते म्हणे त्यांच्या मुलीला – बॉस्कीला
दर वर्षी नवा कवितासंग्रह भेट देत... तिच्यासाठी खास लिहिलेल्या
कवितांचा! आता मी तर काही कविता वगैरे नाही लिहू शकत. मग
विचार केला, पत्रच लिहावीत.

काय लिहिणार आहे मी या पत्रांत? खूप सारं जे तुला सांगावंसं
वाटतंय असं... माझ्याकडे सांगण्यासारखं थोडंबहुत जे आहे ते...
आजवर मी स्वत: जे काही समजलो, उमजलो, ते तुझ्यासोबत
शेअर करायचं आहे. असं काही जे तुला पुढे आयुष्यभर आठवत
राहावं... उपयुक्त ठरावं.

हे त्यातलं पहिलं पत्र!

तुझ्या वाढदिवशी तू सर्वांच्या पाया पडतोस, तेव्हा प्रत्येक जण तुला आशीर्वाद देत असतात. 'खूप शीक', 'खूप मोठा हो'. तूही म्हणत असतोस, 'मला खूप-खूप मोठं व्हायचंय.'

तू मोठं व्हावंस, असं तर मलाही वाटतंच.

पण बाळा, कसा मोठा होशील?

'मोठं' कोण होतं, याचं रहस्य सांगू तुला? एक छोटासा छान किस्सा आहे, यशवंतराव चव्हाण यांचा.

ते शाळेत शिकत होते तेव्हाची गोष्ट आहे. एके दिवशी शिक्षकांनी मुलांना प्रश्न केला, 'सांगा पाहू, मोठेपणी तुम्हांला कोण व्हावेसे वाटते?' दोन मुलांनी पटकन हात वर केले.

एकाने म्हटलं, 'मला कवी केशवसुत व्हावंसं वाटतं.'

दुसरा म्हणाला, 'मला लोकमान्य टिळक व्हावंसं वाटतं.'

छोटा यशवंत गप्पच बसून होता. शिक्षकांनी त्याला प्रश्न केला, 'यशवंता, तू सांग, तुला मोठेपणी कोण व्हावंसं वाटतं?'

यशवंता उभा राहिला आणि त्यानं म्हटलं, 'मला मोठेपणी यशवंतराव चव्हाण व्हावंसं वाटतं.'

त्या शाळकरी वयातच यशवंतानं ठरवलं होतं, आपण इतर कुणासारखं व्हायचं नाही. आपलं आपणच मोठं व्हायचं.

बस्स! तूही तसंच ठरव.

तुझा लाडका,

बाबा

'चांगला' माणूस हो!

माझ्या प्रिय मुला,

वडील या नात्यानं तुला काय-काय सांगावं, हा विचार करत असताना मला हे एकदम आठवलं. सचिन तेंडुलकरनं एका मुलाखतीत सांगितलेलं... खूपच छान आहे ते! सचिननं भारताकडून क्रिकेट खेळायला सुरुवात केली आणि पदार्पणातच आंतरराष्ट्रीय पातळीवर घवघवीत यश मिळवलं. तेव्हा त्याच्या वडिलांनी – रमेश तेंडुलकरांनी सचिनला म्हटलं होतं, 'क्रिकेट खेळून तू यश मिळवतो आहेस, हे आनंदाचंच आहे. पण विचार कर, किती वर्षं क्रिकेट खेळशील? पंधरा वर्षं, जास्तीत जास्त वीस वर्षं आणि माणूस म्हणून जगशील अंदाजे सत्तर वर्षं. याचा अर्थ क्रिकेट खेळणं, हा जीवनातील एक छोटा काळ आहे. तेव्हा यशानं माजू नकोस आणि अपयशानं खचू नकोस. माणूस म्हणून चांगला वाग, स्वभाव चांगला ठेव. लोकांनी तुला चांगल्या स्वभावाचा माणूस म्हणून लक्षात ठेवलं तर ते जास्त मोलाचं आहे.'

सचिननं वडिलांचे शब्द कायम स्मरणात ठेवले. त्यांनी म्हटलं होतं तसाच तो वागत राहिला. मैदानात कधी इतर खेळाडूंनी डिवचलं तरी तो शांतच राहिला. पंचांनी चुकीचं आउट दिल्याचं जाणवलं तरी त्यानं कधी बॅट आपटली नाही. धावा होत नव्हत्या तेव्हा ज्यांनी त्याच्यावर टीका केली, त्यांना त्यानं बॅटीनंच उत्तर दिलं. नम्र तर तो किती असतो, हे आपण बघतच असतो. कायम सचोटीनं वागण्याबद्दलच तो ओळखला जातो.

तसंच दुसरं उदाहरण आहे अमिताभ बच्चन यांचं. खरं तर केवढं उत्तुंग व्यक्तिमत्त्व त्यांचं... त्याहूनही अधिक उत्तुंग यश मिळवूनही ते किती नम्र असतात. 'कौन बनेगा करोडपती' या कार्यक्रमात आपण पाहतोच – समोरच्या अगदी सामान्य माणसाशीही ते किती अदबीनं आणि आदरानं बोलत असतात. 'आपके प्यार ने मुझे ये सन्मान दिया, वरना मैं अपने आपको इतने सन्मान के लिए काबिल ही नहीं समझता', असं ते विनयानं म्हणतात. चांगल्या माणसाची तशी खूप लक्षणं सांगता येतील. पण, सर्वांत महत्त्वाची लक्षणं म्हणजे सचोटी, प्रामाणिकपणा, नम्रता आणि कृतज्ञता!

तुझा लाडका,

बाबा

नेहमी कृतज्ञ असावं

माझ्या प्रिय मुला,

चांगल्या माणसाची दोन ठळक लक्षणं असतात : नम्रता आणि कृतज्ञता. कृतज्ञता म्हणजे काय; तर इतरांनी आपल्याला केलेल्या मदतीची, सहकार्याची जाणीव ठेवणं.

आपल्या प्रत्येकाच्या आयुष्यात असे काही प्रसंग येत असतात, अशा अडचणीच्या वेळा येत असतात, जेव्हा कुणीना कुणी आपल्या मदतीला धावून येत असतं. आपल्या घरचे, आपले मित्र तर असतातच; पण अनेकदा काही अनोळखी व्यक्तीही आपल्याला मदत करत असतात, धीर देत असतात. त्या मदत करतात आणि निघून जातात. त्यांना 'थँक्यू'चीही अपेक्षा नसते. आपण मात्र अशा व्यक्तींबद्दल नेहमीच कृतज्ञ राहिलं पाहिजे. मुख्य म्हणजे त्यांनी जशी आपल्याला मदत केली, तशी आपण दुसऱ्यांना केली पाहिजे. हीच खरी त्यांच्या मदतीची 'परतफेड' असते.

जन्मापासूनच आपल्याला खूप काही सहजपणानं मिळत असतं. त्याबद्दलही आपण कृतज्ञ असलं पाहिजे. आपण समाजात राहतो, कारण आपल्या सगळ्या गरजा समाजात राहूनच पूर्ण होतात. आपल्याला घर मिळतं, शिक्षण मिळतं, नोकरी मिळते, सगळ्या गरजेच्या गोष्टी मिळतात. हे समाजाकडूनच मिळत असतं, हे लक्षात ठेव. समाजाला आपण जे देत असतो, त्यापेक्षा कैक पटीनं अधिक समाज आपल्याला देत असतो. म्हणूनच समाजाबद्दल कृतज्ञता हवी. शक्य होईल तेवढं आपण समाजासाठीही काही करायला हवं. मग ते गरजूंना मदत करणं असेल, कुणाचा अभ्यास घेणं असेल, रक्तदान करणं असेल....

आपल्या गुरुजनांबद्दल तर आपण कृतज्ञ असलंच पाहिजे. मला असे काही कलाकार माहीत आहेत, जे गुरू हयात नाहीत तरीही प्रत्येक गुरुपौर्णिमेला त्यांच्या प्रतिमेला हार घालून नमस्कार करत असतात. कृतज्ञता ही कुणाला दाखवण्यासाठी नसते. ती स्वत:च्या समाधानासाठी ठेवायची असते. स्वत:लाच स्वत:विषयी छान वाटण्यासाठी असते.

आचार्य अत्रेंनी लिहून ठेवलं होतं, 'कुणी माझी समाधी बांधली तर तिच्यावर एकच वाक्य लिहा – 'हा माणूस मूर्ख असेल, अविचारी असेल, पण कृतघ्न कधीच नव्हता.'

तुझा लाडका,

बाबा

नियम सर्वांच्या हिताचे...

माझ्या प्रिय मुला,

'मेरा भारत महान' असं आपण म्हणतो. तसा तो अनेक बाबतीत आहेही! भारताचं परदेशी पर्यटकांना आकर्षण असतं. कारण, भारतात फक्त ताजमहालच नव्हे, इतरही खूप पाहण्यासारखं आहे. पण, परदेशी पर्यटक भारतात येतात तेव्हा इथली अस्वच्छता, इथला वाहतुकीचा गोंधळ पाहून चकित होतात. ते म्हणतात, भारतातील नागरिकांना नियम मोडण्याची सवय आहे. खरंच, आपण सारेच जाता-येता किती नियम मोडत असतो. कधी बेफिकिरीमुळे, कधी केवळ मौज म्हणून.

खरं तर नियम हे आपल्या आणि सर्वांच्या हिताचे असतात. ते आपल्या सुरक्षिततेसाठी असतात.

वाहतुकीचे नियम हे अपघात होऊ नयेत, यासाठी केलेले असतात. जे पाळत नाहीत, ते स्वतःवर आणि इतरांवर अपघात ओढवून घेत असतात. पुणे-मुंबई द्रुतगती मार्गावर तुम्हांला गाडी ताशी

८० किलोमीटर वेगानं चालवता येते. पण बहुतेक चालक ताशी १२०च काय थेट १६० किलोमीटर वेगानं गाड्या दामटतात. परिणामी, टायर फुटतो. चालकाचं नियंत्रण सुटून गाडी उलटते. अनेकांना प्राण गमवावे लागतात. आपण हे विसरतो, की नियम हे सुरक्षित राहून स्वातंत्र्य घेता यावं यासाठी असतात. सिग्नल सुटल्यावर आपण बिनदिक्कत पुढे जाऊ शकतो, या सोयीसाठीच सिग्नल लागल्यावर थांबण्याचा नियम असतो. बाळा, तू अद्याप गाडी चालवत नाहीस. पण, आत्तापासूनच मनाशी पक्कं ठरव – वाहतुकीचा नियम कधीही मोडायचा नाही.

वाहतुकीचे नियम असतात तसे शांततेचे असतात, स्वच्छतेचे असतात, पर्यावरणाच्या रक्षणाचे असतात. खरं तर 'सार्वजनिक ठिकाणी पान, तंबाखू खाऊन थुंकू नये', हे कुणीतरी सांगावं का लागतं?

आम्हांला स्वच्छता हवी असते; पण ती महापालिकेनं ठेवावी, अशी आमची अपेक्षा असते. प्रश्न असा आहे महापालिकेनं केलेली स्वच्छता टिकवणं, ही कुणाची जबाबदारी असते?

तुझा लाडका,

बाबा

आनंद कुठे असतो?

माझ्या प्रिय मुला,

आयुष्यात तू खूप-खूप मोठा होणार आहेस, याची तर खात्रीच आहे मला. पण आज मी तुला एक साधा – सोपा प्रश्न विचारतो आहे.

सांग बरं, आयुष्यात तुला काय हवंय?

थोडा विचारात पडलास ना? फारच छान! अरे, त्यासाठीच तर ही पत्रं लिहितोय मी. तू अगदी आत्तापासूनच छान विचार करावास. मला कल्पना आहे, जे सगळ्यांनाच हवं असतं, तेच सारं तुलाही हवं असणार. म्हणजे यश, पैसा, प्रसिद्धी, सुख...

हे सर्व तर हवंच. पण या सगळ्यात एक गोष्ट तर राहूनच जाते, तीही अगदी महत्त्वाची... खरं तर सर्वांत महत्त्वाची!

बाळा, आनंदाचं काय? आनंद तर हवाच ना!

तू म्हणशील, तो तर काय मिळतोच. माणसाला यश मिळालं, भरपूर पैसा मिळाला तर आनंदाला काय तोटा? होय, हे खरं आहे. यश, वैभव मिळालं की आनंद होतो. पण, हे लक्षात ठेव, खरा

आनंद हा तेवढ्यावरच अवलंबून नसतो. सगळी यशस्वी माणसं खूप आनंदी असतातच असं नाही. सर्वात श्रीमंत माणूस हाच सर्वात आनंदी असतो, असंही नाही. होय, यशामुळे, पैशामुळे सुख जरूर मिळतं. पण बाळा, सुख वेगळं आणि आनंद वेगळा. काय फरक आहे सांगू?

तुला सहज कळेल अशा सोप्या भाषेत सांगतो...

आपण 'एसी'त बसतो, तेव्हा मिळतं ते 'सुख' असतं. पण इंद्रधनुष्य पाहिल्यावर होतो तो 'आनंद' असतो. आलं ध्यानात!... माणसाला आयुष्यात खरा हवा असतो तो आनंद! पण हे विसरून माणसं कशाकशाच्या मागे धावत राहतात आणि अनेकदा आनंदाला मुकतात.

म्हणूनच आपण ना... आनंदावर बोलू काही!

आनंदाची काही अगदी साधी सोपी रहस्य समजून घेऊ. सांग बरं, आनंद कुठे असतो?

अगदी खरंय! आनंद तर आपल्या मनात असतो. अंतरंगात असतो. मग मला सांग, तो आपण बाहेरच का शोधत असतो?

तुझा लाडका,

बाबा

नाही आनंदा तोटा...

माझ्या प्रिय मुला,

आपण 'आनंदा'वर बोलत आहोत.

आनंद आपण बाहेर शोधत असतो आणि तो मात्र आत असतो... आपल्या मनातच असतो.

मौज अशी की कुठे नसतो आनंद? तो तर सर्वत्र असतो. *आनंदी आनंद गडे, जिकडेतिकडे चोहीकडे...* ही कविता तुझी आवडतीच आहे ना! ग. दि. माडगूळकरांनीही म्हटलं आहे –

फुलला पाहा सभोती आनंद जीवनाचा

तो आनंद टिपता मात्र यायला हवा.

मुळात आनंद हा मानण्यावर असतो. मानला तर आनंद; नाही तर कसला आनंद? कशात आनंद मानायचा, किती आनंद मानायचा हे शेवटी आपल्या मनावर असतं. लहान मुलं बघ ना, किती आनंदात असतात. ती तर आनंदात अगदी तरबेज असतात. त्यांनी 'हात्'

केल्यावर चिमणी भुर्रकन उडाली तरी त्यांना केवढा आनंद होतो. किती मनापासून हसतात ती!

आपण मोठे होतो आणि या छोट्या-छोट्या आनंदाला पारखे होतो.

आनंदाची हीच तर गंमत आहे. आनंद छोट्या-छोट्या गोष्टीतच असतो आणि आपण मात्र तो मोठ्या गोष्टीत शोधत राहतो. आनंद कणाकणानं घ्यायचा असतो. आनंद क्षणाक्षणानं घ्यायचा असतो. आपल्याला मात्र तो टनाटनानं हवा असतो. तिथंच सगळा गोंधळ होतो.

आणखवी एक सांगू...

आनंद हा वर्तमानात असतो. म्हणजे काय? तर, तो आत्ताच्या क्षणात असतो. आपण मात्र मागे काय झालं किंवा पुढे काय होणार, याच विचारात असतो. मग आनंदाचा अनुभव घेणार तरी केव्हा?

खरं सांगू बाळा, अरे, आयुष्यात आनंदाचे अक्षरश: असंख्य बहाणे असतात. हे एकदा कळले की 'नाही आनंदा तोटा' अशीच अवस्था होते. पटतंय तुला?

तुझा लाडका,
बाबा

यश कधी संपत नसतं

माझ्या प्रिय मुला,

आपण 'यशा'विषयी विचार करतो आहोत.

यश तर सर्वांनाच हवं असतं. पण यश म्हणजे नेमकं काय?

अगदी सोप्या शब्दांत सांगायचं तर आयुष्यात आपण काही साध्य करायचं ठरवतो. ते साध्य झालं तर त्याला यश म्हणता येतं. काहींचं ध्येय असतं, डॉक्टर व्हायचं. काहींना 'आयएएस' व्हायचं असतं. पण डॉक्टर झालं, आयएएस झालं की यश मिळालं, असं आपण मानतो का? ते यश जरूर असतं. पण तो यशाचा फक्त प्रारंभ असतो. खरं यश पुढेच तर असतं.

यश म्हणजे धावण्याच्या स्पर्धेतली अंतिम रेषा नव्हे, की ती ओलांडली की संपलं. असं काही नसतं. एखाद्यानं यशाचं शिखर गाठलं, असं आपण म्हणतो. पण यश म्हणजे शिखर नव्हे. यश ही एक सफर असते... न संपणारी सफर! तुला हे माहीत आहे ना, क्षितिज कसं आपण जेवढं वर जावं तेवढं विस्तारत जातं. बाळा, यश

हे क्षितिजासारखं असतं. तेव्हा हे अगदी लक्षात ठेव, यश कधी संपत नसतं आणि अपयश अंतिम नसतं.

अपयशाबद्दल आपण नंतर बोलू. अगोदर यशाची काही रहस्यं तुला सांगायची आहेत. उद्योगपती शंतनुराव किर्लोस्करांनी यशाचं रहस्य सांगताना म्हटलं होतं : पहिली गोष्ट, आलेल्या संधीचा पुरेपूर लाभ घ्या आणि दुसरी गोष्ट, संधी नसेल तर निर्माण करा!

यातली पहिली गोष्ट किती सोपी असते. तुम्हांला आयुष्यात पदोपदी काही ना काही, कुठली ना कुठली संधी मिळत असते. तिचा तुम्ही पुरेपूर लाभ मात्र घ्यायला हवा. अरे, तू परीक्षा देतोस, तीही एक संधीच असते. तू एखाद्या स्पर्धेत भाग घेतोस, तीही एक संधीच असते. तुला शिक्षक शाळेतलं एखादं काम देतात, काही जबाबदारी देतात, तीही एक संधीच तर असते... तुझी पात्रता, तुझ्या क्षमता सिद्ध करायची. हो की नाही?

तुझा लाडका,

बाबा

यश कुणा एकाचं नसतंच!

माझ्या प्रिय मुला,

'यश' हा फार मोठा विषय आहे; पण तितकाच तो 'इंटरेस्टिंग' आहे. असं म्हटलं जातं की, यश मिळवणं सोपं असतं; पण ते टिकवणं अवघड असतं. प्रत्येक वेळी नशीब तुमची साथ देईल असं सांगता येत नसतं. ती दिलीच पाहिजे असं काही बंधन नसतं नशिबावर. तसं असतं तर त्याला 'नशीब' म्हटलंच नसतं.

यश टिकवणं अवघड असतं, तसंच ते पचवणंही अवघड असतं. यश जर का तुमच्या डोक्यात गेलं की संपलंच. मग तुम्ही गाफील राहता, स्वतःला फार 'ग्रेट' समजू लागता, इतरांना तुच्छ लेखू लागता.

हे टाळायचं असेल तर हे कायम लक्षात ठेवलं पाहिजे की, यश तुम्हांला मिळालेलं असलं तरी ते तुमचं एकट्याचं नसतं. तुमच्या यशात अनेकांचा वाटा असतो.

तुला क्रिकेट आवडतं. तुला माहितीय, प्रत्येक मॅचनंतर 'मॅन ऑफ द मॅच ॲवार्ड' दिलं जातं. कुणीतरी एक 'सामन्याचा मानकरी' ठरतो. पण तुला हे माहीत नसेल, की त्याला जे पारितोषिक मिळतं; म्हणजे समजा, एक लाख रुपये मिळाले, तरी ते तो संघातल्या सर्वांमध्ये वाटून घेत असतो. कारण इतरांची साथ मिळाल्यामुळेच त्याला ते पारितोषिक मिळालेलं असतं.

यशाची मस्ती – यशाची नशा अतिशय वाईट. 'मला कुणाची गरज नाही', असं कुणी म्हणू लागला, तर समजावं, त्याला आता यशाचीही गरज नाहीये. आत्मविश्वास जरूर असावा; पण फाजील आत्मविश्वास काय कामाचा? तो आला की माणसं 'मी लाथ मारीन तिथं पाणी काढीन' अशा डरकाळ्या मारू लागतात. अशा मंडळींची पुढची लाथ खडकाळ जमिनीवरच पडते. पाणी तर निघत नाहीच; पाय मात्र लचकतो!

यश डोक्यात जाऊ न देणं हेच खरं यश असतं. 'विद्या विनयेन शोभते' असं म्हणतात ना, तसंच यश हेसुद्धा नम्रतेनंच शोभून दिसतं.

तुझा लाडका,

बाबा

यश मिळवणं सोपं नसतं

माझ्या प्रिय मुला,

तुला आठवतं, एकदा मी एक पुस्तक आणलं होतं 'यशोगाथा' नावाचं. त्यात खूप साऱ्या यशस्वी माणसांच्या मुलाखती होत्या बघ. तेव्हा मी तुला म्हटलं होतं, 'ही सगळी मंडली यशस्वी का होतात, सांग पाहू!' तेव्हा तू चटकन उत्तरला होतास, 'ती खूप हुशार असतात म्हणून.'

अगदी बरोबर आहे. हुशार तर असतातच ती. पण बाळा, हे आता नीट लक्षात ठेव, हुशारी खूप वेगवेगळ्या प्रकारची असते. हुशारी म्हणजे फक्त परीक्षेतले मार्क्स नव्हेत. त्यातही कुणाचं गणित चांगलं असतं, कुणाला भाषा विषयांची आवड असते, तर कुणाला शाळेतल्या अभ्यासापेक्षा खेळाची गोडी असते. कुणाकडे चांगला आवाज असतो... गाण्याचं कौशल्य असतं. हे सगळे पुढे त्यांच्या-त्यांच्या क्षेत्रात यश मिळवत असतात.

पण तुला सांगू, यशासाठी फक्त हुशारी, बुद्धिमत्ता, कौशल्य एवढंच पुरेसं नसतं. तुम्ही कितीही बुद्धिमान असा, तुम्हांला परिश्रम तर घ्यावेच लागतात. खेळाडू किती व्यायाम करतात, प्रॅक्टिस करतात... गाणारे किती रियाज करतात... शास्त्रज्ञ दिवस-दिवस प्रयोगशाळेत संशोधन करतात... एखादा नवा उद्योग, व्यवसाय करणारे दिवसरात्र कष्ट करतात, तेव्हा कुठे त्यांचा जम बसतो. त्यासाठी त्यांच्याकडे ध्यास असावा लागतो... काही करून दाखवण्याचा! काही वेड, झपाटलेपण असावं लागतं. आत्मविश्वास तर लागतोच; पण चिकाटीही हवी असते. कित्येकदा प्रारंभी यश तुम्हांला हुलकावणी देत राहतं. पण त्यामुळे नाउमेद व्हायचं नसतं, प्रयत्न सोडायचे नसतात.

'ट्राय अँड ट्राय अगेन बॉईज, यू विल सक्सीड अॅट लास्ट.' चिकाटीचं जगप्रसिद्ध उदाहरण एडिसनचं आहे. विजेचा शोध लागण्यापूर्वी त्याचे १000 प्रयोग फसले होते. किंवा ९९९ असतील. जगातले कुठलेच शोध चिकाटीशिवाय लागले नसते.

यशस्वी माणसं काही नवं करत असतात... नव्या कल्पना लढवत असतात. त्यासाठी काही जोखीम त्यांना घ्यावी लागते. ती घेण्यासाठी धैर्य असावं लागतं. बाळ, ही यादी न संपणारी आहे. पण यश मिळवणं सोपं नसतं, हे लक्षात ठेव. सोपं असतं तर यशाचं कौतुक कुणाला वाटलं असतं?

तुझा लाडका,

बाबा

भावनिक बुद्धिमत्ता म्हणजे काय?

माझ्या प्रिय मुला,

मागच्या पत्रात आपण हे पाहिलं की, यशासाठी फक्त हुशारी, बुद्धिमत्ता एवढंच पुरेसं नसतं.

तुमच्याकडे ध्यास असावा लागतो, चिकाटी असावी लागते, आत्मविश्वास असावा लागतो, जोखीम घेण्याचं धैर्य असावं लागतं, सबुरी व संयम असावा लागतो, एकाग्रता असावी लागते, इत्यादी इत्यादी.

तुझ्या लक्षात येतंय का? हे सगळे जे गुण आहेत, ते तुमच्या बुद्धिमत्तेशी संबंधित नसून तुमच्या भावनांशी संबंधित आहेत.

तुला हे माहीत आहेच, बुद्धिमत्ता ही 'आयक्यू'ने किंवा 'बुद्ध्यंका'ने मोजली जाते. पण वरचे सगळे गुण या बुद्ध्यंकात मोजता येत नाहीत. कारण अगदीच स्पष्ट आहे... त्यांचा बुद्धीशी संबंध नसतो, तर भावनांशी असतो. म्हणूनच आता 'भावनिक बुद्धिमत्ता' ही नवी संकल्पना आली आहे. तिला इंग्लिशमध्ये

'इमोशनल इंटेलिजन्स' म्हणतात. त्यावर खूप सारी पुस्तकं उपलब्ध आहेत. ती तू पुढे अगदी जरूर वाच. कारण आता असंही लक्षात आलं आहे की, यशामध्ये माणसाच्या बुद्ध्यंकाचा फक्त २०% वाटा असतो; तर भावनिक बुद्धिमत्तेचा ८०%. म्हणूनच आज मी तुला तिची फक्त तोंडओळख करून देत आहे.

भावनिक बुद्धिमत्तेचे पाच पैलू असतात :

१. स्वत:च्या भावना ओळखणं : म्हणजे आपल्याला राग आलाय, आपण निराश झालोय, की आपल्याला भीती वाटतेय, हे नेमकं कळणं.

२. भावनांचं नियंत्रण करता येणं : हे फारच महत्त्वाचं असतं. लोक भावनेच्या भरात नको ते करून बसतात. म्हणून भावना हाताळता यायला हव्यात.

३. काही करण्याची स्वत:ला प्रेरणा असणं : एखादं उद्दिष्ट समोर ठेवून आपल्या सर्व भावना त्यावर केंद्रित करता येणं.

४. इतरांच्याही भावना ओळखता येणं. त्यांनाही प्रेरित करता येणं.

५. नातेसंबंध योग्य रीतीनं हाताळता येणं : हेही महत्त्वाचं असतं. कारण जो साऱ्यांना घेऊन पुढे जातो, तोच तर यशस्वी होतो.

तुझा लाडका,

बाबा

अपयश हा एक अनुभव असतो

माझ्या प्रिय मुला,

यशाबद्दल खूप काही सांगितलं मी तुला. आता जरा अपयशावर बोलू या.

अपयश कुणाला हवं असतं? कुणालाच ते नको असतं. पण ते टाळताही येत नाही. ज्यांना यश मिळवायचं असतं त्यांना अपयशही स्वीकारावंच लागतं.

अपयश ही यशाची पहिली पायरी असते, असं म्हणतात. पण आपण पाहिलंय, थॉमस एल्वा एडिसनला अपयशाच्या ९९९ पायऱ्या चढाव्या लागल्या, तेव्हा कुठे त्याला यशापर्यंत पोहोचता आलं. (इथे ही भावनिक बुद्धिमत्ता कामी येतेच.)

जगी सर्व सुखी असा कोण आहे? तद्वत असंही म्हणता येईल, जगी फक्त यशस्वी असा कोण आहे? कुणीही नाही. यशस्वी माणसाचं यश आपल्या नजरेत भरतं; पण त्यामागचं त्यानं पचवलेलं अपयश आपल्याला दिसत नाही.

अब्राहम लिंकननं यशाची अगदी साधी, सोपी व्याख्या केली होती : 'यश म्हणजे काय? तर, अपयशामुळे उमेद न गमावता पुढे जात राहणं. अपयश नसतंच.'

तो म्हणतो, अपयश नसतंच. म्हणजे काय? तर, अपयश ही फक्त एक घटना असते. एक टप्पा असतो. त्याला 'टप्पा' न म्हणता आपण 'अपयश' म्हणतो, एवढंच. अपयश हा फक्त एक अनुभव असतो. त्या अनुभवानुसार आपण शिकायचं असतं. झालेल्या चुका सुधारायच्या असतात आणि पुढे जायचं असतं.

तू सायकल चालवायला शिकलास तेव्हा किती वेळा पडला होतास, आठव! तुला लागलं होतं, खरचटलं होतं. ते पडणं म्हणजे अपयश म्हणायचं का? छे रे! ते तुझं शिकणं होतं. त्याशिवाय तोल कसा सावरायचा तुला कसं कळलं असतं, सांग बरं!

अपयशाचेही काही फायदे असतात. अपयशामुळे काही माणसं खचतात, तर काही नव्या जिद्दीनं उभी राहतात. एक कायम लक्षात ठेव, यश कधी संपत नसतं, अपयश अंतिम नसतं.

तुझा लाडका,

बाबा

यशाची सहा रहस्यं...

माझ्या प्रिय मुला,

आज मी तुला विल्यम लिअरची गोष्ट सांगणार आहे.

कोण हा विल्यम लिअर? विल्यम लिअर शाळेत गेला होता. पण फक्त प्राथमिक शाळेत. नंतर त्यानं शिक्षण सोडलंच होतं. सतत काही छोटे-मोठे उद्योग करणं हाच त्याचा छंद होता. त्यानं पुढे काय केलं माहितीय? 'लिअर इनकॉर्पोरेटेड' ही स्वत:ची कंपनी स्थापन केली. अमेरिकेतली हवाई उपकरणं बनवणारी सर्वात मोठी कंपनी... कित्येक मिलियन डॉलर्सची उलाढाल असणारी. लिअर म्हणतो, 'मी खात्रीनं सांगतो, सर्वसाधारण बुद्धिमत्तेचा कोणताही माणूस हा लक्षाधीश, अब्जाधीश होऊ शकतो. सामान्य नोकरदारही उद्योगपती होऊ शकतो.'

मौज म्हणजे त्यानं स्वत:च्या यशाची 'सहा रहस्यं'ही सांगितली आहेत. ती अशी :

१. संभाषणकला अवगत करा : बोलणाऱ्याचा माल खपतो. चांगलं बोलणाऱ्याचा चांगलाच खपतो. तुमचे विचार तुम्हांला स्पष्ट व प्रभावीपणे मांडता यायला हवेत.

२. राजीनामा कधी द्यावा, ते शिकून घ्या. पगारवाढ, बढती, भत्ते, फंड यासाठी नोकरीला चिकटून राहू नका. कंपनीकडे सतत अधिक जबाबदारीचं काम मागत राहा. ते मिळालं नाही, तर दुसरीकडे काम शोधा. स्वत:ची प्रगती साधत राहा.

३. इतरांपेक्षा किंवा कामाच्या ठरलेल्या वेळेपेक्षा रोज किमान एक तास अधिक काम करा. जे फक्त नेमून दिलेलं काम, फक्त ठरलेल्या वेळेत काम करत राहतात, ते आयुष्यभर फक्त कामगार वा कारकूनच राहतात. अधिकारपदावर जात नाहीत.

४. शक्य असेल तर स्वत:चा एखादा छोटा-मोठा उद्योग सुरू करा. त्यासाठी माफक भांडवलसुद्धा पुरे. तेवढंही नसेल तर रात्री आणखवी एखादा पार्टटाईम जॉब करा. हे अर्थात कष्टाचं आहे. पण तुम्हांला कष्ट नको असतील, तुम्ही आळशी असाल तर पैसा कमावण्याचा विचारही मनात आणू नका.

५. उद्योगासाठी थोडं कर्ज काढा. म्हणजे ते फेडण्यासाठी मुकाट्यानं कष्ट कराल.

६. सामान्य ज्ञान वापरा, बस्स!

तुझा लाडका,

बाबा

आत्मविश्वास कसा मिळवावा?

माझ्या प्रिय मुला,

आज आपण आत्मविश्वासावर बोलू या का?

यशासाठी तुमच्याकडे ध्यास हवा, तसाच आत्मविश्वासही हवा. आत्मविश्वास ही मनाची शक्ती आहे, असं म्हणता येईल. बुद्धी, संधी, क्षमता सारं असेल; पण आत्मविश्वास नसेल तर सारं असून नसल्यासारखं होतं.

आत्मविश्वास का नसतो? अनेक कारणं असतात. स्वभाव, परिस्थिती, संस्कार, अनुभव, शिक्षण, संगत... काही वेळा शारीरिक कारणं असतात; म्हणजे उंची, रंग, रूप. पण अशा गोष्टींना महत्त्व द्यायचं नसतं.

लाल बहादूर शास्त्री बुटके होते; पण ते पंतप्रधान या सर्वोच्च पदावर पोहोचले होतेच की! स्मिता पाटील इतकी काळी होती, की मैत्रिणी तिला 'काळू' म्हणायच्या. पण ती एक श्रेष्ठ अभिनेत्री झालीच की!

होतं काय? आपण इतर लोक काय म्हणतात त्याला अकारण महत्त्व देतो, त्यामुळे आत्मविश्वास गमावून बसतो.

ओम पुरीला कुठे रूप होतं? देवीचे वण असलेला चेहरा. शिवाय, इंग्लिश येत नसे. ॲक्टिंगचं प्रशिक्षण घेताना त्याची अनेक जण हेटाई करायचे. त्यामुळे निराश होऊन ओमनं कोर्स सोडायचं ठरवलं होतं. पण नासिरुद्दीन शहानं त्याला धीर दिला. ओम मोठा नट तर झालाच; शिवाय, त्याने पुढे चक्क हॉलिवूडच्या इंग्लिश चित्रपटातही उत्तम भूमिका केल्या.

इतरांच्या मतांना फार महत्त्व देऊ नये. त्यावरून आपली किंमत ठरवू नये. आत्मविश्वास नसला तरी तो मिळवता येतो, अभ्यास, प्रयत्न, सराव, अनुभव... यातून!

तुलागंमत सांगू? अमिताभला तर सर्वश्रेष्ठ मानलं जातं – स्टार ऑफ द मिलेनियम. त्याची 'जंजीर' चित्रपटातील इन्स्पेक्टरच्या भूमिकेसाठी निवड झाली तेव्हा त्याच्याकडेही पुरेसा आत्मविश्वास नव्हता. त्या भूमिकेसाठी धर्मेंद्र, देव आनंद हे मिळाले नाहीत, म्हणून त्याची निवड झाली होती. तो संवादलेखक जावेद यांना नेहमी विचारत असे, 'जावेदसाब, ही भूमिका मला जमेल का हो?' जावेद यांना त्याच्याविषयी पुरेपूर खात्री होती. ते त्याला धीर, प्रोत्साहन देत.

अखेर त्याच जंजीरमधील भूमिकेनं – अमिताभनं त्या वेळेसचा सुपरस्टार राजेश खन्नाचीही छुट्टी केली.

तुझा लाडका,

बाबा

श्रेयाचा मोह नको

माझ्या प्रिय मुला,

तुला एक फार मजेशीर सुभाषित सांगतो...

यशाला अनेक बाप असतात, अपयश मात्र अनाथ असतं. म्हणजे नेमकं काय? तर, यश मिळतं तेव्हा त्या यशाचं श्रेय स्वत:कडे घेण्याचा सगळे अक्षरश: आटापिटा करतात. हे यश माझ्यामुळे मिळालं, असं प्रत्येक जण म्हणत राहतो. मात्र, अपयश येतं तेव्हा त्याची जबाबदारी घ्यायला कुणी तयार नसतो. म्हणून ते बिचारं अनाथ असतं. यशाचं श्रेय घेतलं (घेतलंच काय ओढलं) जातं; अपयशाचं खापर मात्र नेहमी दुसऱ्यावर फोडलं जातं. त्यामुळे माणसं तर तुटतातच; पुढचं यशही हातून निसटतं.

हा जो स्वत:कडे श्रेय घेण्याचा (किंवा स्वत:च ते लाटण्याचा) मोह असतो, त्यापायी पुढची एखादी सोन्यासारखी संधी हातून निसटू शकते. हा एक तसाच किस्सा आहे –

देव आनंद हा अगदी यशस्वी नायक. 'स्टार'च होता तो. निर्माता, दिग्दर्शक नासिर हुसेन यांच्या 'तिसरी मंझिल' या चित्रपटात नायक म्हणून तोच झळकणार होता. मौज म्हणजे त्याच्या मापाचे कपडेही शिवून तयार होते. पण...

एका पार्टीत काही पत्रकार देवशी गप्पा मारत होते. एका पत्रकारानं विचारलं, 'चित्रपटाचं यश कशावर अवलंबून असतं?' देवनं अगदी सहज म्हटलं, 'ही काय विचारण्याची गोष्ट आहे? चित्रपट चालतो तो आमच्यासारख्या स्टारच्या जिवावर!'

त्याचं हे बोलणं नासिर हुसेन यांनी ऐकलं. त्यांना ते चांगलंच खटकलं. त्यांनी देवला प्रश्न केला, 'बाबा रे, दिग्दर्शकाला तू काही श्रेय देतोस की नाही?' त्यावरून दोघांचा थोडा वाद झाला आणि देव पार्टी सोडून निघून गेला.

नासिर मात्र कमालीचे नाराज झाले. त्यांनी म्हटलं, 'देवला वाटत असेल त्याच्यामुळे चित्रपट चालतात, तर मी त्याच्याशिवाय माझा चित्रपट यशस्वी करून दाखवेन!' त्यांनी देव आनंदला काढून टाकलं आणि त्याच्या जागी शम्मी कपूरला घेतलं. 'तिसरी मंझिल' सुपरडुपर हिट झाला!

तात्पर्य काय? : श्रेयाचा मोह टाळलेलाच बरा!

तुझा लाडका,
बाबा

चांगली माणसं जोडत राहावं

माझ्या प्रिय मुला,

ली आयकोका हे नाव तू ऐकलं नसशील. ते तसे जगप्रसिद्ध आहेत. कोण होते ते? ते एका अमेरिकन कंपनीत काम करणारे आणि जगात सर्वांत जास्त पगार मिळवणारे एक्झिक्युटिव्ह होते. आपल्या यशाचं रहस्य सांगताना ते म्हणतात, 'अगदी सोपं आहे. तुम्ही तुमच्या भोवती चांगली, कामाची माणसं जमा करा. तीच तुम्हांला यशाच्या दिशेनं घेऊन जातील.'

थोडक्यात, तुमच्याकडे माणसं जोडण्याची कला हवी.

संसार करणाऱ्या बहुतेक स्त्रिया या माणसं जोडण्यात तरबेज असतात. त्यांना माहीत असतं, कधी कुणाची गरज लागेल सांगता येत नाही. अडीअडचणीला धावून येतात ती तुम्ही जोडलेली माणसं. (ही बहुधा नातेवाइकांपेक्षा भरवशाची असतात.) जे घराचं तेच दुकानाचंही! एका दुकानात मिळतात त्याच वस्तू, त्याच किमतीला अनेक दुकानात मिळत असतात. तरीही, एखादं दुकान जोरात का

चालतं? ग्राहक त्याच दुकानात का जातात? उत्तर आहे – दुकानदार माणसं जोडणारा असतो. सर्वांशी हसूनखेळून बोलणारा, मोकळ्या स्वभावाचा असतो. पुण्यातले 'खाऊवाले पाटणकर' हे अगदी प्रसिद्ध होते. ते प्रत्येक मुलाशी, प्रत्येक ग्राहकाशी हसून बोलत. त्यांच्या आवडीनिवडी लक्षात ठेवत. त्याला हवा तो खाऊ दुकानात नसेल तर तो आठवणीनं घेऊन येत. त्यामुळे त्यांचं दुकान छान तर चाललंच; पण त्यांनी गोड बोलून जी माणसं जोडली होती, ती त्यांच्या अडचणीच्या काळात धावून आली. रस्ता रुंदीकरणात त्यांचं दुकान गेलं, तेव्हा गिऱ्हाइकांनीच उत्स्फूर्तपणे पैसे उभारून त्यांचं दुसरं दुकान उभं करण्यात मदत केली.

हे झालं दुकानाचं. मोठमोठे उद्योग उभे राहतात तेव्हाही भांडवलाइतकाच – खरं तर त्याहून महत्त्वाचा प्रश्न असतो तो माणसांचा!

किर्लोस्कर हे नाव तर तू ऐकलं असशीलच. आज जिथं 'किर्लोस्करवाडी' आहे, तिथं पूर्वी ओसाड माळरान होतं. लक्ष्मणराव किर्लोस्करांनी त्यांचा बेळगावचा कारखाना हलवून त्या माळरानात उभा करायचा ठरवला तेव्हा 'तिथे कोण येणार' म्हणत सर्वांनी त्यांना वेड्यात काढलं. लक्ष्मणरावांनी मात्र अशी माणसं जोडली होती, जी घरदार सोडून त्या माळरानात वस्तीला आली आणि 'किर्लोस्करवाडी' उभी राहिली. ते कामगारांचे मालक नव्हतेच. सगळेच त्यांना प्रेमानं 'पप्पा' म्हणत असत.

तुझा लाडका,

बाबा

माणसं जोडावी कशी?

माझ्या प्रिय मुला,

माणसं जोडणं कसं महत्त्वाचं असतं, हे आपण पाहिलं. आता माणसं जोडावी कशी, याची काही साधी – सोपी सूत्रं पाहू.

प्रथम बाळा, हे ध्यानात घे, माणसं जोडायची ती फक्त कामापुरती, असं काही डोक्यात घेऊ नकोस. माणसं तर आपल्याला हवीच असतात... मैत्रीसाठी, गप्पांसाठी, आनंदात सहभागी होण्यासाठी. आपण पाहायचं ते हे की, आपल्याकडून माणसं कळत नकळत दुरावली जाऊ नयेत, तोडली जाऊ नयेत. आपल्याला माणसं हवी असतात. त्यांनाही आपण हवेसे वाटलो पाहिजे ना!

पहिली गोष्ट : आपला स्वभाव मोकळा हवा. काही माणसं आतल्या गाठीची असतात, तसं आपण असू नये. 'आत एक, बाहेर दुसरं' असं आपण करू नये. ते कधी ना कधी कळतंच लोकांना. मग ते आपल्याला टाळू लागतात.

दुसरी गोष्ट : हा गरीब, हा श्रीमंत. हा आपल्या जातीचा, हा दुसऱ्या जातीचा हे असले फुकाचे भेद डोक्यात बाळगू नयेत. सगळी माणसं सारखीच असतात, हे विसरू नये.

तिसरं आणि महत्त्वाचं : जाता-जाता इतरांना जेवढी मदत करता येईल तेवढी करावी. नेहमी प्रोत्साहन द्यावं. एक तर निश्चित; कुणाचं भलं करता आलं नाही तरी चालेल, पण कुणाचं नुकसान करू नये. बाळा, बाकीचं सगळं विसरलास तरी चालेल; हे तत्त्व मात्र कधीही विसरू नकोस.

कुणाशीही बोलताना प्रथम त्याचं ऐकून घेत जा. त्यांना नक्की काय म्हणायचंय, हे समजून घेऊन मगच प्रतिक्रिया देत जा. बोलण्याइतकंच ऐकणं महत्त्वाचं असतं, हे लक्षात ठेव.

आणखी एक : कुणाच्याही चांगल्या गोष्टीचं अगदी मनापासून कौतुक करत जा. कौतुकात कशाला कसर करायची? त्याच वेळी कुणावर टीका करताना खूप विचार करत जा. ती कारणं खरंच आवश्यक आहे का, हे बघ. शक्यतो टीका टाळावीच. अगदी जवळचे असले तर मात्र हरकत नाही. टीकासुद्धा चांगल्या हेतूनं केलेली असावी. हीच तर गंमत आहे बघ.

तुम्ही माणूस म्हणून चांगले असाल तर तुमचा हेतू चांगलाच असू शकतो.

तुझा लाडका,

बाबा

तुमचे विचारच तुम्हांला घडवतात

माझ्या प्रिय मुला,

मी तुला ही पत्रं का लिहितो आहे? तुला पुढे आयुष्यात उपयुक्त ठरतील अशा काही गोष्टी तुला सांगतो आहे... माझे विचार सांगतो आहे. आणि तू आता मोठो होतो आहेस, तर मी जे सांगतो आहे त्यावर तू विचार करावास, अशी माझी इच्छा आहे.

विचार हे खूप महत्त्वाचे असतात. आपले विचारच आपल्याला घडवतात. आणि हो, आपले (चुकीचे) विचारच आपल्याला बिघडवतात. आपलं भविष्य आपल्या विचारांवरच ठरत असतं. विचारच आपल्या जीवनाला दिशा देतात. विचारच आपल्याला बळ देतात.

साधी गोष्ट आहे, यशाचा विचार केला तरच यश मिळतं; आणि अपयशाचे विचार मनात घोळत राहिले तर अपयशच पदरी येतं. तुम्ही परीक्षेला जाताना, 'बाप रे! मला जर प्रश्नांची उत्तरं आली नाहीत, तर मी नापास होईन,' असा विचार करत राहिलात तर जी

उत्तरं येत असतील तीही तुम्हांला आठवणार नाहीत. मग तुम्ही नापास होण्याचीच शक्यता जास्त!

याउलट, 'मला अगदी शंभरपैकी शंभर मार्क्स नाही मिळणार; पण जेवढ्या प्रश्नांची उत्तरं येतील तेवढी नीट लिहीन.', 'मी पुरेसा अभ्यास केला आहे, पास तर होईनच.', 'पेपर सोपा गेला तर चांगले मार्क्सही मिळू शकतील', असा विचार केलात तर तुम्ही नक्कीच पास व्हाल.

थोडक्यात, नकारात्मक विचार केलात तर तुम्ही नापास होऊ शकता, सकारात्मक म्हणजेच 'होकारात्मक' विचार केलात तर चांगले मार्क्स मिळवू शकता.

अभ्यास तर करावाच लागतो. अभ्यासही हवा आणि सकारात्मक विचार हवा. सचिन तेंडुलकरसुद्धा काही वेळा शून्यावर बाद होऊ शकतो. पण, मैदानावर जाताना 'मी आज चांगला खेळणार' असाच विचार करायचा असतो.

सकारात्मक विचार मातीचं सोनं करू शकतात. नकारात्मक विचार सोन्याची माती करतात. अभ्यास, मेहनत, प्रयत्न... हे सगळं आवश्यक असतंच. पण त्याला सकारात्मक विचारांची जोड देणंही तितकंच आवश्यक असतं.

तुझा लाडका,

बाबा

सकारात्मक विचाराची सूत्रे

माझ्या प्रिय मुला,

नकारात्मक विचारांपेक्षा सकारात्मक विचार कसे महत्त्वाचे असतात, हे आपण पाहिलं. पण सकारात्मक विचार नेमका कसा करायचा, हे आज आपण पाहू.

काय नाही त्यापेक्षा, काय आहे ते पाहा

आपल्याला नेहमी काही ना काही कुरकुर, तक्रार करायची सवय असते. बूट असले तरी ते जुने झाले म्हणून आपण नाराज असतो. तेव्हा आपण हा विचार करत नाही, की काही मुलांकडे जुने बूटसुद्धा नसतात. गावाकडची मुलं अनवाणी पायानं शाळेत जातात.

शाळा जवळ असती तर सायकल नाही म्हणून आपण रडत असतो. काही मुलांना घरून शाळेत जाण्यासाठी काही मैल चालत जावं लागतं. मित्रांनो, सायकल, बूट तर सोडाच; कार्हींना धड पायही नसतात. त्यांचं काय? कुणी अंध असतं, कुणी मूकबधिर असतं.

ती मुलं 'आम्ही असे का?' म्हणून रडत बसतात का? त्या मुलांपेक्षा तुम्ही खूप भाग्यवान आहात, हे लक्षात ठेवा. त्याबद्दल देवाचे आभार माना! काय नाही ते उगाळत बसण्यापेक्षा, रडगाणं गात बसण्यापेक्षा जे आहे त्याचा उपयोग करून आयुष्यात पुढे कसं जाता येईल, याचा विचार करा.

समस्या ही संधी असते

एखादा प्रश्न, एखादी समस्या समोर येते तेव्हा आपण गडबडून जातो, चिंता करू लागतो. पण त्यामुळे तो प्रश्न काही सुटत नसतो. त्यासाठी प्रयत्न करावे लागतात. प्रयत्न करण्यासाठी तुमच्याकडे उत्साह असावा लागतो. हा उत्साह कुठून येतो? तर, तो येतो सकारात्मक विचारांतून, त्यासाठी समस्येकडे एक संधी म्हणून पाहायला शिका. ती समस्या सोडवताना आपल्या पूर्वी न वापरलेल्या क्षमता वापरल्या जातात. मग आपल्यालाही आपल्या सुप्त क्षमतांची जाणीव होते.

होतं ते चांगल्यासाठीच...

डॉ. अब्दुल कलाम यांना पायलट व्हायचं होतं. त्या परीक्षेत ते नापास झाले. त्यामुळे त्यांनी क्षेपणास्त्राचं क्षेत्र निवडलं. त्यातूनच ते महान शास्त्रज्ञ झाले... पुढे राष्ट्रपती झाले. म्हणतात ना, होतं ते चांगल्यासाठीच!

तुझा लाडका,

बाबा

खरी स्पर्धा स्वतःशीच...

माझ्या प्रिय मुला,

आजचं युग हे स्पर्धेचं युग आहे, असं म्हटलं जातं. जो तो दुसऱ्याशी स्पर्धा करत पुढे जाण्यासाठी, वरचढ ठरण्यासाठी धडपडत असतो.

स्पर्धा असावी की नाही? याचं उत्तर असं आहे, तुम्हांला हवी असो वा नसो – स्पर्धा अटळ असते. काही वेळा स्पर्धा उपयुक्त आणि आवश्यकही असते. स्पर्धा ही एक संधी असते. इतरांपेक्षा आपली कामगिरी, आपली क्षमता उंचावण्याची स्पर्धा सर्वांना तत्पर, तल्लख ठेवते. स्पर्धेमुळे चुरस निर्माण होते. पण त्यामुळेच तर स्पर्धेत रंगत येते. ऑलिम्पिक स्पर्धा म्हणजे तर जगभरातल्या क्रीडापटूंसाठी सुवर्णसंधी असते. 'हायर, फास्टर, लाँगर' हे घोषवाक्य आहे ऑलिंपिकचं. त्यामुळे अक्षरशः सेकंद न् सेकंद, इंच न् इंच तिथे मोलाचा ठरतो. नवनवे विक्रम होतात.

स्पर्धा जिंकणं हे उद्दिष्ट असावं; पण तेच एकमेव उद्दिष्ट नसावं. आपली सर्वोत्तम कामगिरी करणं, आपल्या क्षमतेची सर्वोच्च पातळी

गाठणं, हे ध्येय असावं. पण, काहीही करून 'जिंकणं' हेच ध्येय ठेवलं जातं, तेव्हा गंमत निघून जाते. मग नियम मोडले जातात. शॉर्टकट्स शोधले जातात. उत्तेजक द्रव्यं घेतली जातात. इतरांना फसवून जिंकण्यात काय मौज राहते?

स्पर्धा असावी; पण ती खुली, निकोप, निरोगी असावी. हेल्दी कॉम्पिटिशन म्हणतात तिला! स्पर्धक हे काही तुमचे शत्रू नसतात. खरा खेळाडू हा खेळावर प्रेम करणारा असतो. प्रतिस्पर्धी खेळाडूनं चांगला खेळ केला तर खिलाडू वृत्तीनं त्याचं कौतुकच करायला हवं. शेन वॉर्न आणि सचिन तेंडुलकर प्रतिस्पर्धी म्हणूनच खेळले; पण दोघं एकमेकांचं अगदी भरभरून कौतुकही करत असत.

एक लक्षात ठेव, माणसानं आजवर जी प्रगती केलीय, त्यात स्पर्धेचं योगदान आहे, तसेच सहकार्याचंही! स्पर्धेचं सहकार्यात रूपांतर करता आलं तर दोघांचाही अधिक फायदा होऊ शकतो. एक तर निश्चित; माणसाची खरी स्पर्धा इतरांशी नसते, स्वत:शीच असते.

तुझा लाडका,

बाबा

स्वार्थ हा प्रामाणिक असावा

माझ्या प्रिय मुला,

आज मी तुझ्याशी एक अतिशय महत्त्वाच्या विषयावर बोलणार आहे. कोणता विषय ते सांगू? हा तसा नाजूक विषय आहे. म्हणूनच तू नीट समजून घे.

तुझ्या शाळेत तू फळ्यावर लिहिलेला हा सुविचार वाचला असशील : *स्वत:साठी जगलास तर मेलास. दुसऱ्यासाठी जगलास तरच खरा जगलास!*

बाळा, मला सांग, हा सुविचार आहे की धमकी आहे? स्वत:साठी जगणं हे पाप असतं का? तसं असेल तर मग आपण सगळेच पापी ठरू. प्रत्येक जण स्वत:साठीच तर जगत असतो. आणि त्यात गैर काय आहे? होय, तो स्वार्थच असतो. तरीही, त्या चुकीचं काय?

स्वार्थ हा शब्द अकारण बदनाम झाला आहे बघ. अरे, स्वार्थ याचा अर्थ स्वत:साठी, स्वत:चं हित. मग मी माझं हित बघायचं

नाही, तर दुसरं कोण बघणार आहे? माझा उत्कर्ष मी साधायचा नाही तर कोण साधणार आहे? माझा आनंद मी मिळवायचा नाही, तर दुसरं कोण मिळवून देणार आहे? तो तर माझा अधिकार आहे आणि तेच माझं पहिलं कर्तव्य आहे. मीच ते पार पाडायला हवं.

मात्र, स्वतःचं हित म्हणजे दुसऱ्याचं अहित नव्हे. तुम्हांला जसा तुमचा स्वार्थ असतो, तसा त्यालाही त्याचा स्वार्थ असतोच. एक अगदी सोपं उदाहरण देतो.

तू दुकानातून एखादी वस्तू घेतोस आणि दुकानदाराला पैसे देतोस. तुला हवी ती वस्तू मिळते हा तुझा स्वार्थ; तर पैसे मिळतात हा त्याचा स्वार्थ. दोघांचा स्वार्थ असा जुळतो तेव्हाच प्रामाणिक व्यवहार होतो. पैसे घेऊन दुकानदार तुला लुबाडतो का? नाही. किंवा मग त्याचं दुकान चालावं, त्याच्यावर उपकार करावे म्हणून तू वस्तू घेतोस का? नाही. स्वार्थ म्हणजे लांडीलबाडी नव्हे. स्वार्थ हा प्रामाणिक असू शकतो, असायला हवा. पण लोक आपण 'स्वार्थी' नाही आहोत, असं दाखवत असतात. तेच खरे अप्रामाणिक असतात. त्यांचे खायचे दात आणि दाखवायचे दात वेगळे असतात... बरोबर ना!

तुझा लाडका,

बाबा

स्वातंत्र्य आणि स्वाभिमान

माझ्या प्रिय मुला,

आपण स्वार्थावर बोललो. स्वतःचं (प्रामाणिकपणे) हित साधणं, हा प्रत्येकाचा हक्क असतो, हेही पाहिलं. पण, त्यासाठी स्वातंत्र्य हवं असतं. बाळा, स्वातंत्र्य आणि स्वाभिमान या दोन फार मोलाच्या गोष्टी असतात. म्हणून त्यांना 'मूल्य' असं म्हटलं जातं.

'स्वराज्य (म्हणजेच स्वातंत्र्य) हा माझा जन्मसिद्ध हक्क आहे,' हे लोकमान्य टिळकांचं वचन तुला माहीत आहेच. ब्रिटिशांनी आपल्या देशावर राज्य केलं तेव्हा स्वातंत्र्य मिळवण्यासाठी अनेकांनी लढा दिला, सत्याग्रह केला. देशाच्या स्वातंत्र्यासाठी प्राणांची बाजी लावली जाते, इतकं ते मोलाचं असतं. पण देशाचं स्वातंत्र्य म्हणजे काही देशातल्या नद्यांचं, डोंगरांचं स्वातंत्र्य नव्हे. देशात राहणाऱ्या प्रत्येक व्यक्तीला स्वातंत्र्यात जगता यावं यासाठीच देशाला स्वातंत्र्य हवं असतं.

मी आयुष्यात काय करावं, काय शिकावं, कुठे राहावं, नोकरी करावी की व्यवसाय करावा, कुठले उद्योगधंदे जोपासावेत, हे सारं ज्यानं-त्यानं ठरवायचं असतं. तो त्याचा हक्क असतो. आपल्या घटनेने प्रत्येक नागरिकाला भाषण-स्वातंत्र्य, संचार-स्वातंत्र्य अशी मूलभूत स्वातंत्र्ये बहाल केली आहेत. असं स्वातंत्र्य फक्त लोकशाही असणाऱ्या देशातच मिळू शकतं. हे स्वातंत्र्य उपभोगून प्रत्येक व्यक्तीनं आपला उत्कर्ष साधावा, आनंदात राहावं, अशी अपेक्षा असते.

पण बाळा, स्वातंत्र्य म्हणजे वाटेल तसं वागणं नव्हे. स्वातंत्र्य म्हणजे स्वैराचार नव्हे. तुमच्यामुळे इतरांच्या स्वातंत्र्यावर अतिक्रमण होता कामा नये, याची खबरदारी घ्यावी लागते. स्वातंत्र्यामध्ये जबाबदारी असते. 'मी कसाही वागेन; पण परिणामांची जबाबदारी माझ्यावर नाही', असं चालत नाही. स्वातंत्र्य हे स्वाभिमानाशी जुळलेलं असतं. स्वाभिमान हा तर आपल्या व्यक्तिमत्त्वाचा कणा असतो. तुम्ही स्वत: तत्त्वानं वागलात तरच तुम्हांला ताठ मानेनं जगता येतं. पण स्वाभिमान म्हणजे गर्व नव्हे, अहंकार नव्हे. स्वाभिमान म्हणजे इतरांना तुच्छ लेखणं नव्हे. स्वातंत्र्य आणि स्वाभिमान ही जशी मूल्यं आहेत तशीच अहिंसा आणि न्याय हीदेखील मूल्यं आहेत. तू जसजसा मोठा होशील तसतसं तुला त्याचं मोल कळत जाईल.

तुझा लाडका,
बाबा

प्रेमाचा खरा अर्थ

माझ्या प्रिय मुला,

आज आपण एका खूप छान विषयावर बोलू या. कुठला विषय सांगू?... प्रेम! हसलास ना गालात. तुलाही आवडला ना विषय?

बाळा, तू कुणाच्या प्रेमात पडायला किंवा कुणी तुझ्या प्रेमात पडायला बराच वेळ आहे. पण चित्रपटातून, गाण्यांमधून प्रेम हा शब्द तुमच्या सतत कानी पडत असतोच. त्यामुळे 'प्यार दिवाना होता है', 'तू ना मिली जो हम जोगी बन जायेंगे' असं काही-काही तुम्ही ऐकत असता. म्हणजे प्रेमाविषयी तुमच्या डोक्यात काही ना काही सुरू असतंच. म्हणूनच वाटलं, आज तुला थोडंबहुत सांगावं – माझ्या मनातलं!

तुम्ही प्रेमात पडता म्हणजे नक्की काय होतं? तर, एखादी व्यक्ती तुम्हांला मनापासून आवडू लागते. इतकी, की सतत तिचाच चेहरा नजरेसमोर येतो. तिचेच विचार मनात येतात. ती दिसली, भेटली नाही की चुकल्या-चुकल्यासारखं होतं... तिची प्रत्येक गोष्टच

तुम्हांला छान वाटू लागते... वगैरे. ही काही लक्षणं आहेत. पण खरं सांगू! तुम्ही प्रेमात पडता ते तुम्हांला कळतंच!

पुढे काय होतं, त्या व्यक्तीशी बोलावं, तिच्यासोबत असावं असं वाटू लागतं... ती 'आपली' झाली तर काय बहार येईल असं सगळं... पण बाळा, मी तुला त्यापुढचं सांगतो आहे, ते समजून घे. खरंच कुणाच्या प्रेमात पडशील तेव्हा तुला हे सारं नक्कीच आठवेल.

प्रेमाचा खरा अर्थ काय? अगदी सोपा आहे. ज्या व्यक्तीविषयी आपल्याला प्रेम वाटतं, त्या व्यक्तीनं (खूप-खूप) आनंदात राहावं असं वाटणं आणि तिच्या आनंदासाठी जे करणं आपल्याला शक्य आहे, ते करण्याची तळमळ असणं.

पटतंय तुला? हो, तिची सोबत आपल्याला मिळावी, ही इच्छा तर असतेच. पण, तशी अट घातलीत तर ते कसलं रे प्रेम! प्रेम हे अगदी आतून वाटायला हवं. त्यात कसल्या अटी येऊच शकत नाहीत. तूच विचार कर, 'तू माझ्यावर प्रेम करणार असशील, तरच मी तुझ्यावर प्रेम करीन.' किंवा 'माझं तुझ्यावर प्रेम आहे तर तूही माझ्यावर प्रेम केलंच पाहिजे.' यात प्रेम दिसतं का? यात तिच्यापेक्षा स्वत:चाच विचार आहे. प्रेमात बाळा, त्या व्यक्तीचा विचार करायचा असतो. आणि तोच केला जातो... प्रेम खरं असलं तरच!

तुझा लाडका,

बाबा

प्रेम म्हणजे मालकी हक्क नव्हे!

माझ्या प्रिय मुला,

आपण प्रेमावर बोलतो आहोत. प्रेम ही किती सुंदर भावना आहे. पण चुकीच्या कल्पनांमुळे आपण त्या भावनेचा अनेकदा अपमानच करत असतो.

मी तुला म्हटलं ना, तू जिच्यावर प्रेम करशील, तिनं तुझ्यावर प्रेम केलंच पाहिजे, असा हट्ट कसा करता येईल? तिला ते आतून वाटलं पाहिजे. प्रेमाची अशी सक्ती थोडीच करता येते. अर्थात, त्या व्यक्तीनंही प्रेमाला प्रतिसाद दिला तर आनंदच... पण पुन्हा तो तिचा प्रश्न असतो. तिला तसं वाटलं नाही तर तुम्ही काय करू शकता? तू वाचलं, ऐकलं असशील – एकतर्फी प्रेमातून तरुणाने अॅसिड फेकले! बाळा, खरं सांग, याला प्रेम म्हणता येईल का? हा तर अघोरी प्रकार झाला. जी व्यक्ती तुम्हांला प्रिय असते, तिला विद्रूप करणं यातून प्रेम व्यक्त होतं का?

ती तुम्हांला प्रतिसाद नाही देऊ शकली तरी तुम्ही तिला शुभेच्छाच द्यायला हव्यात. तशा त्या मनापासून देत राहिलात तरच म्हणू शकता, 'होय, माझं तिच्यावर प्रेम आहे.'

हेही लक्षात ठेव – समजा, तिनं प्रतिसाद दिला तरी प्रेम म्हणजे मालकी हक्क नव्हे. प्रेम म्हणजे त्या व्यक्तीवर हक्क गाजवण्याचा परवाना नव्हे. त्या व्यक्तीनं सतत आपल्यासोबत असलं पाहिजे... सगळं आपल्या संमतीनंच केलं पाहिजे... आपल्या सर्व अपेक्षा तिनं पुऱ्या केल्या पाहिजेत... हे अतिरेकी प्रेम झालं. ते त्रासदायक ठरतं, नकोसं होतं.

'तू ना मिली तो हम जोगी बन जायेंगे' हे प्रेम नव्हे. ही दमदाटी आहे. भावनिक ब्लॅकमेल करणं आहे. ती असं म्हणू शकते, 'हो बाबा, जोगी हो आणि हिमालयात जा. माझी सुटका तरी होईल!' तुम्हांला प्रेम हवंसं वाटणं, ते मिळाल्यावर धन्य वाटणं, सगळंच अगदी स्वाभाविक आहे. पण हेही तितकंच खरं, की प्रेम मागून मिळत नसतं. मागून मिळते ती मेहरबानी असते, प्रेम नसतं. बस्स, एवढंच! तूर्त तुला हे पुरेसं आहे. कारण प्रेम हा विषय न संपणारा आहे.

तुझा लाडका,

बाबा

मैत्रीवर बोलू काही...

माझ्या प्रिय मुला,

आज आपण मैत्रीवर बोलू या.

प्रेम आणि मैत्री! किती सुंदर भावना असतात या! तुझे काही छान मित्र आहेत. त्यांच्याबरोबर असताना किती आनंदात असतोस तू! सारं काही मित्रांसोबतच करावंसं वाटतं. अभ्यास, खेळ, दंगामस्ती, गप्पागोष्टी, भटकणं, गाणी म्हणणं...

आपले भाऊ-बहिणी ही सगळी रक्ताची नाती सुंदरच असतात. त्यात आपोआपच एक आपुलकी, जिव्हाळा असतो. पण ती काही आपण निवडलेली नसतात. तुझा भाऊ कोण असावा, तो कसा असावा, हे काही तू ठरवत नसतोस. मित्र मात्र तू स्वतःच निवडत असतोस... तुला हवा तसा! तसा तो नाही असं वाटलं तर तू मैत्री थांबवू शकतोस. आपल्या मनासारखा मित्र निवडता येतो म्हणूनच आपल्याला मित्र आवडत असतात. त्यांच्यावर आपला अधिक विश्वास असतो. कित्येक गोष्टी अशा असतात, ज्या आपण घरच्यांना

नाही सांगत; पण मित्रांना सांगत असतो. विश्वास हाच मैत्रीचा आधार असतो. एका तत्त्वज्ञानं म्हटलं होतं, 'देवा, देशद्रोह (म्हणजे देशाचा विश्वास तोडणं), मित्रद्रोह (म्हणजे मित्राशी विश्वासघात करणं) अशी परिस्थिती आलीच तर मला देशद्रोह करण्याची ताकद दे!' यातला मथितार्थ ध्यानात घे. मित्राचा विश्वासघात... ही कल्पनाच सहन होत नाही.

एखाद्याशी आपली मैत्री का होते, याचं ठरावीक कारण नाही सांगता येत. स्वभाव जुळतात, आवडीनिवडी सारख्या असतात, अशी काही कारणं असतात. पण अनेकदा विरुद्ध स्वभावाच्या माणसांचीही मैत्री होते. शांत स्वभाव असणाऱ्याला बोलका मित्र आवडतो. मैत्री होते एवढं खरं! ती ठरवून करायची नसते. कुठल्यातरी हेतूनं मैत्री नसते करायची. 'हा मुलगा हुशार आहे, तो मला अभ्यासात मदत करेल' असं म्हणत केलेली मैत्री खरी नसते. ती टिकतही नसते. खरे मित्र एकमेकांना विश्वास, उत्साह, प्रेरणा देत असतात. आणि ते सारं अगदी मनापासून असतं. अडचणीत साथ देतात ते खरे मित्र असतात. 'अ फ्रेंड इन नीड इज अ फ्रेंड इन्डिड.' पण तुमचा आनंद हा ज्यांना स्वतःचाच आनंद वाटतो तेही खरे मित्र असतात. मैत्रीची तीही एक कसोटी असते.

तुझा लाडका,

बाबा

गुपित आपल्या मेंदूचं...

माझ्या प्रिय मुला,

यशस्वी होण्यासाठी टॅलेंट असावं लागतं, हे तर खरंच. पण मी तुला सांगितलंच आहे, की ही हुशारी खूप वेगवेगळ्या प्रकारची असते. ही हुशारी अर्थातच आपल्या मेंदूत साठवलेली असते. पण, आपल्या मेंदूचेही दोन भाग असतात, हे तुला माहीत आहे का? मोठा मेंदू – लहान मेंदू हे ते भाग नव्हेत. मग कुठले? आज आपण आपल्या विलक्षण अशा मेंदूला समजून घेऊ या. त्या मेंदूचं एक रहस्य उलगडतोय मी तुझ्यासाठी...

आपला मेंदू खरंच अचाट आहे. त्या मेंदूच्या आधारेच माणूस एवढी सारी प्रगती करू शकला आहे. मला एक सांग, दिसायला तर सगळ्यांचे मेंदू सारखेच दिसतात. मग त्यातला एक माणूस कलावंत होतो, तर दुसरा शास्त्रज्ञ, ते कशामुळे? एक जण कविता करतो, तर दुसरा बॉक्सिंग करतो. कवीचा मेंदू नाजूक असतो आणि बॉक्सरचा

मेंदू मजबूत असतो का? असं तर काही नसतं. मग हा फरक नेमका कशामुळे घडतो?

तेच तर मेंदूचं गुपित आज तुला सांगायचं आहे. आपल्याला दोन हात असतात – एक डावा, दुसरा उजवा. दोन कान असतात – एक डावा, दुसरा उजवा. पण गंमत अशी की, आपला मेंदू एकच असला तरी त्याचे दोन भाग असतात – एक डावा, दुसरा उजवा. पृथ्वी गोल असली तरी तिचे कसे उजवा गोलार्ध आणि डावा गोलार्ध असे भाग आपण मानतो; तसेच मेंदूचे हे दोन भाग असतात. ते दोन भाग वेगळे नसतात. कारण ते 'कॉर्पस कलोझम' अशा अवघड नावाच्या पुलानं एकमेकांना जोडलेले असतात. हा पूल जन्मभर टिकेल असा भक्कम असतो.

तू म्हणशील, असले मेंदूचे दोन भाग असले, म्हणून काय झालं? दोघांची कामं तर सारखीच असतात ना?

नसतात, हे त्याचं उत्तर आहे. आपण सोयीसाठी 'डावा मेंदू' आणि 'उजवा मेंदू' असं म्हणू या. या दोन्ही मेंदूंच्या क्षमता आणि त्यांची काम करण्याची शैली यात खूपच फरक असतो. त्याबद्दल सारं पुढच्या पत्रात...

तुझा लाडका,

बाबा

डावा मेंदू... उजवा मेंदू

माझ्या प्रिय मुला,

आज तुला 'डावा मेंदू' आणि 'उजवा मेंदू' यांच्यातला फरक समजावून द्यायचा आहे. फारच मजेशीर आहे तो आणि तितकाच महत्त्वाचाही!

आपला डावा मेंदू हा अत्यंत कामसू असतो आणि उजवा आळशी असतो, असं नाही. पण, डावा मेंदू हा सतत कार्यरत असतो. त्याचा आपण सतत वापर करत असतो... अगदी प्रत्येक क्षणी! डावा मेंदू अतिशय शिस्तबद्ध, पद्धतशीर काम करणारा असतो. सरळ नाकासमोर पाहून चालणारी माणसं असतात, तसा हा मेंदू सरळमार्गी विचार करणारा असतो. ज्या गोष्टी माहीत असतात तेवढ्याच तो वापरतो. तो अगदी शास्त्रीय, तर्कसंगत पद्धतीनं म्हणजे 'स्टेप बाय स्टेप' विचार करतो. जी माहिती मिळेल त्या माहितीची छाननी करणं, चिकित्सा करणं, विश्लेषण करणं ही कामं या डाव्या मेंदूकडे असतात.

तू ओळखलं असशील, गणित सोडवणं हे या डाव्यालाच करावं लागतं. 'दोन अधिक दोन बरोबर चार' हीच या मेंदूची पद्धत असते. तो फक्त गणितंच सोडवतो असं नाही. कुठलीही समस्या समोर आली की तो विश्लेषण करून, पद्धतशीर विचार करून मगच निष्कर्ष काढतो. पण एकूण शैली तीच – गणिती आणि तर्कशुद्ध.

आता उजवा मेंदू. हा जरा तल्लख, चलाख आणि कल्पक असतो, असं म्हणता येईल. डावा मेंदू एका वेळी एकाच गोष्टीचा विचार करू शकतो. उजवा मेंदू एकाच वेळी अनेक गोष्टींचा म्हणजे सर्वस्पर्शी विचार करू शकतो. डावा मेंदू एकेक करत ज्ञानकण गोळा करत असतो, तर उजवा मेंदू प्रतिमांच्या, संवेदनांच्या अशा वेगळ्याच स्वरूपात ज्ञानग्रहण करतो. तो 'स्टेप बाय स्टेप' पद्धतीनं विचार करत नाही. एकदम कुठल्याही स्टेपवर तो उडी मारू शकतो. उलटासुलटा, तिरपागडा असा कसाही विचार करू शकतो. उजव्या मेंदूची खास कौशल्ये म्हणजे विचारांच्या साहाय्यानं एखादी कल्पना मनात आणून (प्रथम ती) अमूर्त स्वरूपात पाहणं व (नंतर) ती प्रत्यक्षात निर्माण करणं.

थोडक्यात सांगायचं तर, डावा मेंदू स्मरणशील असतो, तर उजवा मेंदू सर्जनशील असतो. 'स्फुरण' हे उजव्या मेंदूचं काम तर 'स्मरण' हे डाव्या मेंदूचं. प्रश्न असा आहे – उजवा मेंदू वापरायचा कसा?

तुझा लाडका,

बाबा

उजवा मेंदू वापरावा कसा?

माझ्या प्रिय मुला,

आपला कल्पक मेंदू वापरायचा कसा, हे आपल्याला पाहायचंय. होतं काय; सवयीमुळे आपण सारे डाव्या मेंदूचाच जास्त वापर करत असतो. डावा मेंदू हा दैनंदिन जगण्यासाठी, छोटे-छोटे निर्णय घेण्यासाठी वापरावाच लागतो. म्हणजे एक प्रकारे तो वापरणं गरजेचं असतं. शिवाय, आपल्या शाळांमध्ये शिकवण्याची जी पद्धत आहे, ती मुख्यत: पाठांतरावर भर देते. त्यामुळे शिक्षणातही डावा मेंदूच वापरला जातो. दुर्दैवानं त्यामुळे उजव्या मेंदूत जी कल्पकता असते, नवं काही निर्माण करण्याची क्षमता असते ती वापरली न गेल्यानं वाया जात असते. हा उजवा मेंदू वापरायचा कसा?

आपण हे पाहिलं की, डावा मेंदू सतत आपले छोटे-मोठे प्रश्न सोडवत असतो. पण, ज्या वेळी एखादी नवी, वेगळी, खास अशी समस्या उभी राहते, तेव्हा हा डावा मेंदू बुचकळ्यात पडतो. काही सुचत नाही त्याला. थोडक्यात, आपलं डोकं चालेनासं होतं.

अशा वेळी हा उजवा मेंदू कामी येतो. कारण नवी समस्या, वेगळी समस्या सोडवायची तर नवा, वेगळा विचार करावा लागतो. काहीतरी 'आयडिया' काढावी लागते. ती काढू शकतो तो उजवा मेंदू.

मेख अशी आहे की, जोपर्यंत डावा मेंदू (व्यवस्थित) काम करतो आहे, तोवर उजवा मेंदू चक्क आराम करत असतो, उसंत घेत असतो. उजवा मेंदू वापरायचा असेल तर डाव्या मेंदूला थोडं गप्प करावं लागतं. त्याला सांगावं लागतं, 'बाबा रे! तू आता जरा उसंत घे. त्या उजव्याला जरा काम करू दे.'

हे कसं सांगायचं? एक सोपं उदाहरण घेऊ. समजा, तुला 'मी पक्षी झालो तर...' हा निबंध लिहायचा आहे. तू लिहायला बसतोस. पण डावा मेंदू म्हणतो, 'छे! तू नुसता माणूस आहेस. तू पक्षी होऊच शकणार नाहीस.' तू म्हणशील, 'अरे बाबा, नुसती कल्पना करायला काय हरकत आहे?' डावा बुचकळ्यात पडतो. कारण त्याला कल्पना सुचतच नाहीत. अशा वेळी लिहूच नये, टेबलाशी बसू नये. चक्क फिरायला जावं, पोहायला जावं. फक्त डोक्यात तो विषय घोळू द्यावा. मग पाहा, अचानक डोक्यात एखादी मस्त कल्पना चमकते. ती सुचते उजव्या मेंदूला! कारण, तुम्ही सहज भटकत असता तेव्हा डावा मेंदू उसंत घेतो. मग उजवा मेंदू कामाला लागतो. नव्या कल्पना टेबलाशी बसून नव्हे, तर अंघोळ करताना, डोंगरावर भटकताना, संगीत ऐकताना सुचतात, ते त्यामुळेच. आलं ध्यानात?

तुझा लाडका,

बाबा

कल्पक व्हावं कसं?

माझ्या प्रिय मुला,

गेल्या काही पत्रांत मी तुला आपला कल्पक उजवा मेंदू वापरायचा कसा, हे समजावतो आहे.

मी कल्पकतेवर एवढा भर का देतो आहे, सांगू?

बाळा, तुला माहीतच आहे की, आता तंत्रज्ञान खूपच प्रगत झालं आहे. जो तो आता मोबाईल, संगणक, इंटरनेट वापरू लागला आहे.

आता जर प्रत्येकाच्या हातातच असं तंत्रज्ञान आलं आहे तर सगळ्यांपेक्षा तू वेगळा, खास कसा ठरशील? तू जर इतरांपेक्षा कल्पक असशील, तुला जर नवनव्या कल्पना सुचत असतील तरच! हाती आलेलं तेच तंत्रज्ञान नव्या पद्धतीनं कसं वापरायचं, त्याचा नवा, वेगळा वापर कसा करायचा, अशी काही 'आयडिया' तुला सुचली तरच तू इतरांपेक्षा चमकू शकशील.

आज मी तुला कल्पक विचार कसा करावा, याची आणखी एक छोटी युक्ती सांगणार आहे. ती युक्ती म्हणजे, दोन प्रश्न विचारायचे. बस्स!

हे असंच का? आणि हे असं का नाही? (म्हणजेच हे असं केलं तर काय होईल?) हे ते दोन प्रश्न.

एक उदाहरण देतो. आपण साधं टेबल घेऊ या.

पूर्वी टेबल कसं असायचं. सपाट पृष्ठभाग असलेलं चार पायांचं लाकडाचं टेबल असायचं.

कुणीतरी प्रश्न केला – लाकडाचंच का? मग हळूहळू लोखंडाची, काचेची, प्लास्टिकची, मार्बलची अशी वेगवेगळी टेबलं बनू लागली.

कुणीतरी असाही प्रश्न केला – चार पायच का? त्यातून दोन पायांची टेबलं बनू लागली. इराण्याच्या रेस्टॉरंटमध्ये जे गोल मार्बलचं टेबल असतं, त्याला तर मधोमध एकच पाय असतो.

नंतर प्रश्न आला – एक पाय तरी कशाला? मग भिंतीला ॲटॅच केलेलं फोल्डिंग टेबल निर्माण झालं.

पूर्वी जिना स्थिर असायचा. माणसं चढत जायची. कुणीतरी प्रश्न केला – असंच का? माणसं स्थिर राहिली आणि जिनाच वर गेला तर... त्यातून एस्कलेटर्स / लिफ्ट्स निर्माण झाल्या. असे प्रश्न विचारत जा... कल्पना सुचत जातील.

तुझा लाडका,
बाबा

माणूस किती वेगळा?

माझ्या प्रिय मुला,

तू कधी असा विचार केला आहेस का, की माणूस आणि इतर प्राणी यांच्यामध्ये काय आणि किती फरक असतो?

प्राणीसुद्धा विचार करतात, त्यांनाही बुद्धी असते. पण ती फक्त स्वसंरक्षणासाठी आणि संगोपनासाठी असते. निसर्गानं जे त्यांच्यासमोर ठेवलं आहे, त्यावरच ते आपल्या सगळ्या गरजा भागवत असतात.

माणूस मात्र आपली एकेक गरज भागवण्यासाठी अनेक नव्या गोष्टी निर्माण करतो. त्यातही विविधता आणतो. सतत सुधारणा करत राहतो. हे सगळं तो करतो त्याच्याकडे प्रचंड बुद्धिमत्ता असते म्हणून. शिवाय, तो बोलू शकतो, लिहू शकतो. त्यानं भाषा विकसित केलीय, त्यामुळे मागच्या पिढीचं ज्ञान पुढच्या पिढीपर्यंत पोहोचतं. त्यामुळे मानवी ज्ञान वाढत, विस्तारत जातं. प्रज्ञा, प्रतिभा आणि भाषा यांच्या आधारे मानवानं केवढी प्रगती साधली आहे.

एके काळी गुहेत राहणारा माणूस थेट चंद्रावर जाऊन पोहोचला आहे. विज्ञानामुळे त्याचं जीवन किती सुखद आणि समृद्ध झालं आहे. पण त्याच वेळी माणसानं कलाही विकसित केल्या आहेत. माणूस इतर पशूंपेक्षा वेगळा ठरतो तो साहित्य कलांमुळे. संगीत, नृत्य, नाट्य, चित्र, शिल्पकला... या कलांमधून, त्यातील नवनिर्मितीमधून किती विलक्षण आनंद माणूस अनुभवत असतो. कलांमुळेच त्याचं माणूसपण जपलं जातं, जोपासलं जातं.

आनंदासाठी माणसाला आणखी एक वरदान मिळालं आहे - हास्याचं! विनोदबुद्धी लाभली आहे. पशुपक्षी दु:ख, शोक करू शकतात. हसणारा प्राणी फक्त एकच मनुष्य! पशुपक्षी नैसर्गिक जगत असतात. मानवानं मात्र संस्कृतीचा विकास केला आहे. भूक लागली की खाणं हे नैसर्गिक असतं. पण भुकेल्याला खाऊ घालणं, ही संस्कृती असते. संस्कृतीमुळे जीवन अधिक अर्थपूर्ण बनतं.

हे सारं आहेच; पण एक मौज सांगू? प्राणी हे नेहमी स्वत:च्या हिताचं असेल तेच करत असतात. ते कधी अविचार करत नाहीत. माणूस मात्र अनेकदा अविचारानं वागत असतो. पुराच्या पाण्यात उड्या घेत असतो, जीवघेण्या शर्यती लावून अपघात ओढवून घेत असतो. आत्महत्या करत असतो... पण यावरही उपाय म्हणून माणसाला आणखी एक देणगी मिळाली आहे - विवेकाची! आपला विचार योग्य की अयोग्य, यावरही तो सारासार विचार करू शकतो!

तुझा लाडका,

बाबा

देव आहे की नाही?

माझ्या प्रिय मुला,

मी एकदा ऐकलं होतं, तू आणि तुझा मित्र 'देव आहे की नाही' यावर जोरजोरात चर्चा करत होता.

खरंच, देव आहे की नाही?

बाळा, या प्रश्नाचं उत्तर पुराव्यासहित कुणी दिलं असतं, तर वर्षानुवर्षं लोक हा प्रश्न का विचारत राहिले असते?

माझं अगदी सोपं उत्तर आहे. ज्यांना देव हवा असतो त्यांच्यासाठी तो आहे. ज्यांना नको असतो त्यांच्यासाठी तो नाही.

हा शेवटी श्रद्धेचा प्रश्न आहे. आणि मला सांग ना, तुम्ही देव मानता की नाही, यानं देवाला काय फरक पडतो? तो काही देव न मानणाऱ्यांना शिक्षा करतो का? देव असलाच तर असा थोडाच असेल? मग त्याच्यात आणि माणसात काय फरक राहिला?

आता दुसरा प्रश्न... देव भक्ताला पावतो का? लोक नवस करतात, त्या इच्छा देव पूर्ण करतो का? याचं उत्तर मला माहीत

नाही. पण बाळा, ही काही भक्ती नव्हे. देवानं तुम्हांला काही द्यावं म्हणून तुम्ही पूजाअर्चा करत असाल तर मग तो स्वार्थ झाला. भक्ती ही निर्मल अंत:करणानं करायची असते.

गांधीजी म्हणत असत, देवानं जे द्यायला हवंय, ते तुम्हांला जन्म देतानाच देऊन पाठवलंय. आणखी देवाकडे काय मागताय? शरीर, मन, हृदय, बुद्धी... हे सगळं काय आपण मिळवलंय? ते सगळं आपल्याला जन्मत:च मिळालंय. आता त्या आधारे कसं जगायचं... काय करायचं... काय मिळवायचं, हे तुम्हीच ठरवायचं असतं. का तेही देवानंच ठरवायचं... देवानंच करायचं?

जे तुम्ही स्वत: करू शकता, ते देव कशासाठी करेल? देव काय तुमच्याऐवजी अभ्यास करेल काय? देव काय व्यायाम करेल का तुमच्यासाठी? मला ही दोन इंग्लिश सुभाषितं आवडतात :

पहिलं – यू डू युवर बेस्ट, गॉड विल डू द रेस्ट

दुसरं – गॉड हेल्प्स देम हू हेल्प देमसेल्व्हज

आळशी, निरुद्योगी लोकांना देवानं का मदत करावी?

एक सांगू; काही मागायचं असेल तर एकच मागावं – देवा, मला चांगली बुद्धी दे! म्हणजेच चांगलं वागण्याची बुद्धी दे!

तुझा लाडका,

बाबा

कळप मनोवृत्ती नको

माझ्या प्रिय मुला,

तुला एक गंमत सांगतो... एके दिवशी काय झालं माहितीयं? पुण्यातले सगळे गणपती दूध पिऊ लागले. हो! सार्वजनिक मंडळाचे गणपती असतात ना, त्यांच्यापुढे लोकांनी दुधाच्या वाट्या घेऊन रांगाच लावल्या. काहींनी फ्रीजमधलं थंड दूध आणलं होतं, काहींनी गणपतीला फ्रीजमधलं थंड दूध चालेल की नाही, असा प्रश्न पडल्यामुळे दूध गरम करून आणलं होतं.

मौज वाटली असेल ना तुला! पण हे खरं आहे. त्या दिवशी शेकडो लीटर दूध गणपतींच्या पोटात गेलं. कुणी हा विचार केलाच नाही...

गणपती एकाएकी का दूध पिऊ लागले?...

पुण्यातलेच का? आजच कसं ठरवलं त्यांनी दूध प्यावं हे?...

दूधच का? मोदक का नाही खावेसे वाटले त्यांना?...

कळलं कसं की त्यांना दूध हवं आहे?...

पहिल्यांदा कोणी पाजलं दूध?...

त्याला का वाटलं आज गणपतीला दूध पाजावं?...

काही नाही रे! कुणीतरी गंमत म्हणून अफवा पसरवली. मग सगळे धावत सुटले... दूध पाजत राहिले.

नंतर मग काही शहाण्या माणसांनी खुलासा केला शाडू मातीच्या केशाकर्षणानं दूध मूर्तीत कसं ओढलं जातं, त्याचा. हे शास्त्रीय कारण होतं.

लोक मात्र विचार न करता धावत सुटतात. 'सगळे पाजताहेत' एवढंच पाहतात. याला 'कळप मनोवृत्ती' म्हणतात.

ती मेंढरांमध्येच असते बघ. एक मेंढरू जिकडे जाईल तिकडेच सगळी मेंढरं जातात. पण बाळा, आपण काही मेंढरं नाही आहोत, माणसं आहोत. देवानं (म्हणजे गणपती बाप्पानंच म्हणू या) आपल्याला बुद्धी दिली आहे. आपण विचार करू शकतो. स्वतंत्रपणे वेगळा विचार करू शकतो. काय योग्य, काय अयोग्य हे ठरवू शकतो. म्हणूनच म्हणतात, 'ऐकावे जनाचे, करावे मनाचे'.

तुझा लाडका,

बाबा

परिपूर्ण कुणीच नसतो

माझ्या प्रिय मुला,

तुला ती धर्मराज आणि दुर्योधन यांची गोष्ट आठवते का?

यज्ञासाठी बाहेर अतिथी जमलेले असतात. कृष्ण प्रथम दुर्योधनाला बोलावतो आणि म्हणतो, 'बाहेर जे अतिथी जमले आहेत, त्यात सज्जन किती आहेत, ते पाहून मला सांग.' नंतर तो धर्मराजाला बोलावून 'बाहेर दुर्जन किती आहेत' ते पाहायला सांगतो.

दुर्योधन परत येऊन सांगतो, 'मला एकही सज्जन आढळला नाही.' धर्मराज मात्र येऊन म्हणतो, 'मला तर एकही दुर्जन दिसला नाही.'

तात्पर्य काय; जशी दृष्टी, तशी सृष्टी. आपण लोकांकडे ज्या नजरेनं पाहतो तशी ती आपल्याला दिसतात... खरं तर भासतात. तू काळा चश्मा चढवलास तर सगळीच माणसं काळी भासणार.

दुर्योधनाचं म्हणणं बरोबर होतं, की धर्मराजाचं?

खरं तर दोघांचंही म्हणणं हे तसं चूकच होतं.

सांगण्याचा मुद्दा, कुठल्याही माणसाला 'सज्जन' किंवा 'दुर्जन' असं लेबल लावता येत नाही. नुसतं एकदा पाहून तर नाहीच नाही.

हे लक्षात ठेव – जगात बरीवाईट दोन्ही प्रकारची माणसं असली तरी प्रत्यक्षात माणसात काही गुण असतात, तर काही दोष असतात. आपणही त्याला अपवाद नसतो.

जगात परिपूर्ण, सर्वगुणसंपन्न असा कुणीच नसतो. तसंच पूर्णत: दुष्ट किंवा पूर्णत: देवमाणूस असंही कुणी नसतं. म्हणूनच आपल्याला माणसांना, त्यांच्या गुणदोषांसह स्वीकारावं लागतं. तेही आपल्याला तसंच स्वीकारत असतात.

यातून शिकायचं काय? तर, इतरांचे शक्यतो गुण पाहावेत; पण त्याच वेळी आपल्यातले दोष कमी करण्याचा प्रयत्न करावा. एवढं तरी आपण नक्कीच करू शकतो, होय ना?

तुझा लाडका,
बाबा

चुकतो तोच शिकतो

माझ्या प्रिय मुला,

कुणीही परिपूर्ण, सर्वगुणसंपन्न नसतो, हे आपण पाहिलं. मागच्या पत्रात गुणदोषांचा विचार केला. आज थोडं चुकांवर बोलू या.

चुका कुणाच्या हातून होत नाहीत? इंग्लिशमध्ये 'टू अर (err) इज ह्यूमन' असं म्हणतात. म्हणजे काय? तर, माणूस म्हटलं की तो चुकायचाच. आपण ज्यांना मोठी माणसं समजतो, तीसुद्धा चुका करतातच. मौज म्हणजे मोठ्या माणसांच्या चुकाही मोठ्या असतात. पण त्यांचं एक वैशिष्ट्य असतं. एकदा झालेली चूक ते पुन्हा कधी करत नाहीत! म्हणूनच ती मोठी होतात. चुका आपल्या स्वतःच्या होतात तशाच इतरांच्याही होतात. अशा दोन्ही वेळी आपण वागतो कसं, हे महत्त्वाचं असतं. तुझं काही चुकतं तेव्हा तू काय करतोस?

आपली चूक कुणाच्या लक्षात येऊ नये असा प्रयत्न करतोस का? समजा, कुणाला ती कळली आणि त्यानं 'तुझं चुकलं' असं म्हटलं तर तू काय करतोस? चूक कबूल करतोस...., सॉरी म्हणतोस... की 'माझी

काही चूक नाही' म्हणून त्याच्याशी वाद घालतोस? चूक कबूलच केली नाही तर ती सुधारता कशी येईल? काहींना चूक झाल्याचं मान्य करण्यात कमीपणा वाटतो. खरं तर चूक कबूल करण्यातच मोठेपणा, उमदेपणा असतो.

असं तर म्हणतातच ना, एक वेळ तुम्ही इतरांना फसवू शकता; पण स्वतःला नाही फसवू शकत! स्वतःला तरी कशाला फसवायचं?

आता दुसरा मुद्दा. जेव्हा इतरांची चूक होते तेव्हा आपण कसे वागतो? संतापतो, चिडतो, त्यांना चारचौघात खडसावतो का? एखाद्याला त्याची चूक दाखवून देणं, यात गैर काहीच नाही. ते त्याच्याही हिताचं असतं. पण ती त्याला एकट्यालाच सौम्य शब्दांत, अगदी प्रेमानंही दाखवून देता येते.

एक लक्षात ठेव, चूक म्हणजे गुन्हा नव्हे. समोरच्याची चूक माफही करता आली पाहिजे. मुख्य म्हणजे त्याला सुधारण्याची संधीही द्यायला हवी. चूक स्वतःची असो की दुसऱ्याची – चुकांमुळेच आपण शिकू शकतो, सुधारणा करू शकतो. जो चुकतो तो माणूस हे खरंय; पण जो शिकतो तो खरा माणूस!

तुझा लाडका,

बाबा

वाद नको... संवाद हवा...

माझ्या प्रिय मुला,

आपण मागच्या पत्रात चुकांविषयी बोललो. मी एका पत्रात 'माणसं जोडावीत कशी?' याबद्दलही लिहिलं होतं. या दोन्ही गोष्टींचा खूप जवळचा संबंध आहे. अनेकदा माणसं तुटतात, दुखावतात ती वाद घातल्यामुळे! आणि बरेचसे वाद 'चूक कुणाची – तुझी की माझी' यावरच घातले जातात.

होतं काय; काहीही आपल्या मनाविरुद्ध घडलं की आपण आधी काय करतो? तर, त्याबद्दल दोष कुणाला देता येईल. जे झालं त्याचं खापर कुणावर फोडता येईल, याचा विचार करतो.

त्यांच्याबद्दल मनात राग धरतो, त्यांना वाइटात जमा करतो, क्वचित टोकाला जाऊन 'तुझं नेहमीच चुकतं, तू या जन्मात सुधारणं शक्य नाही' असंही बोलून टाकतो. मग माणसं तुटतील नाहीतर काय?

हे टाळायचं असेल तर एक महत्त्वाचं सूत्र आहे – 'काय चुकलं' हे शोधा, 'कुणाचं चुकलं' हे शोधत बसू नका. चूक नेमकी कशामुळे झाली, हे समजून घ्या आणि त्यात सुधारणा करा.

आणखी एक छान मुद्दा आहे. ज्येष्ठ सिनेदिग्दर्शक सुमित्रा भावे यांनी तो असा मांडला आहे... त्या म्हणतात, 'कुणाशी बिनसलं तर मी स्वतःची चूक शोधते. इतरांवर आपण नियंत्रण ठेवू शकत नाही; पण स्वतःवर तर ठेवू शकतो!' समोरच्यानं वेडीवाकडी गाडी चालवली, कुत्रं मध्ये आलं, ब्रेक नाही दाबता आला, अशी ऑक्सिडेंटची कारणं शोधत बसण्याऐवजी आपणच सावकाश गाडी चालवावी हे उत्तम!

अर्थात, फक्त आपणच योग्य वागावं – इतरांना कसंही वागू द्यावं, असा याचा अर्थ नाही. मात्र, आपण इतरांना बदलू शकत नाही, फक्त स्वतःलाच बदलू शकतो, हेच सत्य आहे. मौज म्हणजे तुम्ही बदललात की अवतीभोवतीचेही बदलू शकतात.

तुझा लाडका,

बाबा

तू स्वतःशी काय बोलतोस?

माझ्या प्रिय मुला,

मागे मी तुला विचारांविषयी काही सांगितलं होतं. आपले विचार किती महत्त्वाचे असतात, ते समजावलं होतं. नेहमी सकारात्मक विचार का करावा, त्याविषयीही लिहिलं होतं. आज मी तुला याच संदर्भात एक छोटंसं गुपित सांगणार आहे. त्या अगोदर एक सांग बरं! तू कधी स्वत:शी बोलतोस का...? बुचकळ्यात पडलास ना?

अरे बाळा, आपण विचार करतो म्हणजे काय करतो? स्वत:शीच तर बोलत असतो. त्यालाच 'स्वगत' असं म्हणतात.

हे स्वगत खूप महत्त्वाचं असतं. त्यावरच आपले विचार ठरत असतात. त्यातूनच आपल्याला आत्मविश्वास मिळत असतो. म्हणूनच आपल्या स्वगताकडे – म्हणजेच आपण स्वत:शी कसं बोलतो, इकडे आपलं लक्ष असलं पाहिजे. दुर्दैवानं आपलं बरंचसं उत्स्फूर्त स्वगत हे नकारात्मक असतं. 'बाप रे! आता काही खरं नाही', 'अवघड आहे', 'मला वाटलंच होतं असं होणार!', 'मला हे

जमणार नाही' ही सगळी हानिकारक स्वगतं असतात. त्यामुळे आपलं नुकसान होतं. आपला आत्मविश्वास कमी होतो. आपण प्रगती करू शकत नाही.

मात्र, यावर युक्ती आहे. आपलं स्वगत बदलायचं... ते लिहून काढायचं... पुनःपुन्हा वाचायचं. त्यामुळे होतं काय? ते स्वगत... ते शब्द... म्हणजेच ते विचार आपल्या मनात (खरं तर अंतर्मनात) खोलवर रुजून बसतात.

तू अजून विद्यार्थी आहेस. तुझ्यासाठी मी हे स्वगत सुचवतो आहे :

'मी जो अभ्यास करतो, शिक्षक मला जे शिकवतात ते सर्व मला नीट समजतं व माझ्या मनात कायमचं साठवलं जातं. माझी स्मरणशक्ती उत्तम आहे. त्यामुळे परीक्षेच्या वेळी मला हवं ते व्यवस्थित आठवतं. मला शिक्षकांबद्दल आदर आहे. मला व माझ्या मित्रांना भरपूर यश मिळावं, हीच माझी इच्छा आहे.'

हे स्वगत मनात रुजव. मग बघ कसा फरक पडतो ते!

तुझा लाडका,

बाबा

आयुष्यात चढउतार असतातच

माझ्या प्रिय मुला,

तू नेहमी आनंदात असावंस, तुला खूप यश मिळावं, तुझं आयुष्य सुखात जावं, हीच माझी मनापासून इच्छा आहे. पण बाळा, वडील या नात्यानं तुला मी हेही सांगणं आवश्यक आहे, की आयुष्य हे इतकं साधं, सरळ, सोपं नसतं. आयुष्यात आशा-निराशा असतात, चढउतार असतात. त्यासाठी तुझी मानसिक तयारी हवी. म्हणूनच, 'सगळ्या गोष्टी माझ्या मनासारख्याच व्हायला हव्यात. जीवनात सगळ्याच गोष्टी सोप्या असल्या पाहिजेत. झटपट होणाऱ्या पाहिजेत. मला कसलीही कटकट नको आहे,' असा चुकीचा दृष्टिकोन ठेवू नकोस.

त्यासाठीचा योग्य दृष्टिकोन कोणता? त्यासाठीही तुला एक स्वगत सुचवतो आहे. ते असं :

'जीवनात कधी ना कधी मला न आवडणाऱ्या अथवा अवघड कामाला सामोरं जावं लागणारच. या अवघड कामापासून पळ

काढण्यापेक्षा मी त्यांना निर्भीडपणे सामोरा गेलो तर माझी चिकाटी वाढेल, आत्मविश्वास वाढेल. जितका अधिक काळ परिस्थिती कठीण असेल, जितक्या जास्त अडचणींचा मी मुकाबला करीन, तेवढा मी मनानं अधिक खंबीर व कणखर होत जाईन. हे मी सदैव ध्यानात ठेवेन.'

परिस्थिती कितीही प्रतिकूल असली तरी ती कायम तशीच राहते असं थोडंच आहे? परिस्थिती बदलू शकते. एक बघ ना, कितीही अंधारून आलं तरी रोज उजाडतंच ना! म्हणूनच तर म्हणतात, 'सवेरा होने के पहलेही खूब अंधेरा छा जाता है।'

काही वेळा तू निराश होशील, तुला उदास वाटेल. अशा वेळी हे लक्षात ठेव, आयुष्य हे समुद्रासारखं असतं. एखादी मोठी लाट अंगावर आलीच, कितीही वर उसळली तरी ती नंतर ओसरतेच. ती ओसरेपर्यंत आपण पाय घट्ट रोवून उभं राहायचं, एवढंच!

तुझा लाडका,
बाबा

स्त्री श्रेष्ठ की पुरुष?

माझ्या प्रिय मुला,

मोठं होत असताना, जगात वावरत असताना, तुला कितीतरी प्रश्न पडतील. सान्याच प्रश्नांची उत्तरं तुला माहीत असावीत, असं मी म्हणणार नाही. ते शक्यच नसतं. बरीचशी उत्तरं आपली आपणच शोधायची असतात.

तरीसुद्धा काही महत्त्वाच्या प्रश्नांसंदर्भात, काही महत्त्वाच्या विषयांवर तुला थोडीबहुत माहिती असेल तर ती तुला नक्कीच उपयुक्त ठरेल. मी तोच प्रयत्न करतो आहे. आज मी तुला एक वेगळाच प्रश्न विचारतो आहे –

सांग बरं, स्त्री श्रेष्ठ की पुरुष?

हा प्रश्न महत्त्वाचा का? तर, आपल्याकडे अनेकदा स्त्रियांना कमी लेखलं जातं, भेदभाव केला जातो, तुझ्याकडून तो होऊ नये. आता परिस्थिती खूप बदलली आहे. पण, पूर्वी स्त्रीसाठी 'फक्त

चूल आणि मूल' असंच समाजानं ठरवलं होतं. कित्येक वर्षं स्त्रियांना शिकण्याचीसुद्धा बंदी होती. स्त्रियांवर खूप अन्याय केला गेलाय.

स्त्रियांना 'अबला' म्हटलं जात असे. पण केवळ शरीरसामर्थ्यावर (उंची, वजन आणि शरीरसौष्ठवावर) कुणी श्रेष्ठ, कनिष्ठ ठरत नसतं. स्त्री अबला कशी? तुलाही माहिती आहेच; मातृत्व, अपत्यजन्म, बाळाचं संगोपन हे सारं किती अवघड असतं. निसर्गानं एवढी मोठी जबाबदारी स्त्रीवर सोपवली ते ती सशक्त असते म्हणूनच!

एक लक्षात ठेव, जगातला सर्वांत बलवान पुरुष असो की सर्वांत बुद्धिमान पुरुष असो, त्याला जन्म देणारी स्त्रीच असते. आपण अन्नाशिवाय जगू शकतो का? शेतीशिवाय अन्न मिळू शकतं का? शेतीचा शोध हा स्त्रियांनीच लावला आहे. स्त्रियांनीच कला शोधल्या आहेत. मानवाच्या प्रगतीत आणि संस्कृतीत स्त्रीचा मोलाचा वाटा आहे.

पण बाळा, हेही लक्षात ठेव, स्त्री-पुरुष समान असले, तरी सारखे नसतात. म्हणूनच ते एकमेकांना पूरक असतात. म्हणूनच ते एकमेकांशिवाय अधुरे असतात. मी वर विचारलेल्या प्रश्नांचं उत्तर आता मिळालं असेल तुला!

तुझा लाडका,

बाबा

मेरा भारत महान

माझ्या प्रिय मुला,

मागे एका पत्रात मी 'मेरा भारत महान' हा उल्लेख केला होता. तो महान आहेच, असंही म्हटलं होतं. हो तो तसा आहेच; पण का महान आहे, हे आज तुला सांगावंसं वाटत आहे. कारण, स्वत:च्या देशाबद्दल अभिमान जरूर असावा; पण तो डोळस असावा. आपल्या देशाचा इतिहास माहीत असावा.

खरं तर आपल्या देशाची महानता एखाद्या पत्रात मावणारी नाही. तरीही काही महत्त्वाच्या गोष्टी तुला माहीत असायलाच हव्यात. सर्वांत पहिली गोष्ट आपल्या देशाची प्राचीन संस्कृती. इसवीसन पूर्व पाच हजार वर्षांचा इतिहास आहे आपल्या देशाला. तुला माहितीच आहे, 'प्रिय बंधू-भगिनींनो' या दोनच शब्दांनी स्वामी विवेकानंदांनी शिकागोची धर्मपरिषद जिंकली होती. आजही बराक ओबामांसारखे (माजी) अमेरिकन अध्यक्ष महात्मा गांधींच्या

अहिंसेच्या शिकवणीचा आदर करतात. आपला एकमेव देश आहे, जिथे हिंदू, बौद्ध, शीख आणि जैन अशा चार धर्मांची स्थापना झाली.

सर्व धर्मांना आपण समान आदर देतो. तुला आश्चर्य वाटेल आपल्या देशात सर्व बोलीभाषा धरून एकूण १६५२ भाषा बोलल्या जातात. 'विविधतेतून एकता' हा आपला जगाला संदेश आहे. 'विश्वबंधुत्व' हीच भारताची शिकवण आहे. रामायण, महाभारतासारखे ग्रंथ सर्व जगात श्रेष्ठ मानले जातात. योगशास्त्र ही तर आपली जगाला देणगीच आहे. शिवाय, भारतीय शास्त्रीय संगीत, नृत्यकला, शिल्पकला! पण हेही लक्षात ठेव, 'शून्य' ही संकल्पनासुद्धा जगाला भारताची देणगी आहे... तशीच आयुर्वेदही! सुश्रुत हा जगातील पहिला शल्यचिकित्सक मानला जातो. भास्कराचार्य, आर्यभट्ट, वागभट्ट, मिहिराचार्य यांसारखे थोर गणिती, खगोलशास्त्रज्ञ भारतात होऊन गेले.

आणि हो, जगातली सर्वांत मोठी लोकशाही असलेला आपला देश आता अणुविज्ञान, उपग्रह प्रक्षेपण, अंतराळ संशोधन, डिजिटलायझेशन साऱ्याच क्षेत्रात प्रगती करतो आहे... आहेच भारत महान!

तुझा लाडका,

बाबा

वाचत राहा... वेचत राहा...

माझ्या प्रिय मुला,

तू ही पत्रं आवडीनं वाचली असशील, याची मला खात्री आहे. मला माहितीय, तुला शिकायला आवडतं. माझ्या पत्रातून तुला काही नवं कळत असेल. त्यातून तू विचारही करू लागला असशील. तू थोडा अधिक समजूतदार, शहाणा होत असशील... तुझ्याही नकलत!

मी हे सगळं जे तुला सांगतो आहे, ते मला कसं सुचतंय? माझे काही अनुभव आहेत हे खरंय; पण हे सारं मला पुस्तकं वाचण्यातून मिळालं आहे. आजवर मी जे वाचलं आणि वेचलं, तेच तुला सोप्या भाषेत सांगतो आहे.

तुला माहितीय, कितीही काम असो, रोज किमान अर्धा-पाऊण तास तरी वाचल्याशिवाय मी झोपत नाही. अरे, जगात किती पुस्तकं आहेत. पुन्हा दर वर्षी ती हजारोंच्या संख्येनं वाढतच असतात. कधी वाचणार आपण हे सारं? शक्यच नाही. पण, जमेल तेवढं तर वाचायलाच हवं. वाचाल तर वाचाल, हे अगदी खरं आहे.

अरे, किती नवनवी माहिती मिळते, ज्ञान मिळतं पुस्तकातून! मला स्वतःला कादंबऱ्या वाचताना आपण ज्या व्यक्तिरेखांबद्दल वाचतो त्या नजरेसमोर उभ्या राहतात. त्यातला परिसर मनासमोर येतो. त्या व्यक्तिरेखांच्या सुख-दुःखांशी आपण समरस होतो. आपलं भावविश्व समृद्ध होतं... किती वेगवेगळं आयुष्य जगत असतात माणसं, हे जाणवतं... जगाविषयीची, जीवनाविषयीची आपली समज वाढते. केवढा विलक्षण आनंद मिळतो. चरित्र-आत्मचरित्रातून तर लेखकांच्या खऱ्याखुऱ्या जीवनकहाण्याच समजतात. त्यांना येणारे अनुभव, त्यांच्या समस्या, त्यांनी त्यावर कशी मात केली... हे सारं समजतं. त्यांच्या जगण्याच्या प्रवासातून आपल्यालाही खूप काही शिकता येतं. आपणही काही करून दाखवू शकतो, ही प्रेरणा मिळते.

अरे, एक पुस्तक म्हणजे एकेका व्यक्तीचं आयुष्यभराचं संचित असतं. ते किती सहजगत्या आपल्याला उपलब्ध होत असतं. वाचनातूनच तर आपण विचार करायला, मनन-चिंतन करायला शिकतो. मी तर म्हणेन, वाचनातूनच आपण जगायला शिकत असतो.

तेव्हा, माझ्या प्रिय मुला, सतत काहीतरी वाचत राहा, नवनवं वेचत राहा!

तुझा लाडका,

बाबा

लेखक परिचय

शिवराज गोर्ले

एम.ए. (अर्थशास्त्र), एमबीए (पुणे विद्यापीठात पहिल्या क्रमांकाने उत्तीर्ण)

इ-मेल : shivrajgorle@yahoo.com

- फिलिप्स इंडिया लि., किर्लोस्कर कन्सलटंट्स लि. आणि स्टॅटफिल्ड इक्विपमेंट्स इत्यादी उद्योगसंस्थांमध्ये पर्सोनेल व मार्केटिंग क्षेत्रातील कार्यानुभव, 'प्रतिसाद कम्युनिकेशन्स'करिता कॉपीरायटिंग, कॅम्पेन डिझायनिंग

- सिंबायोसिस इन्स्टिटयूट ऑफ मॅनेजमेंट येथे व्हिजिटिंग लेक्चरर

- *स्त्री, किर्लोस्कर, किस्त्रीम* या नियतकालिकांमध्ये दोन वर्षे संपादन

- मानस भारती, मुक्तांगण, रोटरी क्लब्ज, वैद्यकीय परिषदा, औद्योगिक संस्था, उद्योजकता विकास केंद्र, साहित्य-वाचक मेळावे, शिक्षक-पालक संघ यांसाठी विविध विषयांवर प्रेरक व्याख्याने आणि प्रशिक्षण

- *मजेत जगावं कसं?* (अठरावी आवृत्ती), *माणसं जोडावी कशी?* (दहावी आवृत्ती), *सुजाण पालक व्हावं कसं?* (नववी आवृत्ती), *यशस्वी व्हावं कसं?* (तिसरी आवृत्ती), *स्त्री विरुद्ध पुरुष, मस्त राहावं कसं?, सांगा कसं जगायचं?, बदला तुमचं भविष्य, घडवा स्वत:ला, फुलवा स्वत:ला* इत्यादी बेस्टसेलर पुस्तके

- *दुरंगी, सर्वस्व, शोधार्त, एका कल्पनेची आत्मकथा* या कादंबऱ्या, *नग आणि नमुने* हा विनोदी व्यक्तिरेखासंग्रह, *मेख आणि फिट्‌मफाट* हे विनोदी कथासंग्रह

- *मजेत जगावं कसं?*करिता महाराष्ट्र तत्त्वज्ञान परिषदेचा पुरस्कार, *नग आणि नमुने*करिता विमादी पटवर्धन व राज्य शासनाचा पुरस्कार, *सुजाण पालक व्हावं कसं?*करिता मराठी साहित्य परिषद आणि शिक्षण मंडळ, कऱ्हाड यांचे पुरस्कार

- 'कुर्यात सदा टिंगलम' (१२०० हून अधिक प्रयोग), 'गोलमाल' (७०० हून अधिक प्रयोग), याखेरीज 'बुलंद', 'अनैतिक', 'भांडा सौख्यभरे' ही यशस्वी नाटके

- 'थरथराट' या पहिल्याच सुपरहिट चित्रपटाच्या संवादलेखनाने पटकथा-संवाद क्षेत्रात पदार्पण. तसेच 'खतरनाक', 'धुमाकूळ', 'बंडलबाज', 'बाप रे बाप', 'बजरंगाची कमाल', 'सवाल माझ्या प्रेमाचा', 'सूडचक्र', 'चिमणी पाखरं', इत्यादी चित्रपटांसाठी पटकथा संवादलेखन, 'घरकुल' या गाजलेल्या दूरदर्शन मालिकेचे लेखन

9 789389 834185